மைலாஞ்சியும் மதிவதனியும்

ஆட்டனத்தி

நியூ செஞ்சுரி புக் ஹவுஸ் (பி) லிட்.,
41-பி, சிட்கோ இண்டஸ்டிரியல் எஸ்டேட்,
அம்பத்தூர், சென்னை- 600 050.
☎ : 044 - 26251968, 26258410, 48601884

Language: Tamil
Mylanchiyum Mathivathaniyum
Author: **Attanathi**
First Edition: February, 2022
Copyright: Publisher
No. of pages: 116
Publisher:
New Century Book House Pvt. Ltd.,
41-B, SIDCO Industrial Estate,
Ambattur, Chennai - 600 050.
Tamilnadu State, India.
email: info@ncbh.in
Online: www.ncbhpublisher.in

ISBN: 978 - 81 - 2344 - 219 - 8
Code No. A 4572
₹ 115/-

Branches

Ambattur (H.O.) 044 - 26359906, **Spenzer Plaza (Chennai)** 044-28490027
Trichy 0431-2700885 **Pudukkottai** 04322- 227773 **Tanjore** 04362-231371
Tirunelveli 0462-4210990, 2323990, **Madurai** 0452-2344106, 4374106
Dindigul 0451-2432172 **Coimbatore** 0422-2380554 **Erode** 0424-2256667
Salem 0427-2450817 **Hosur** 04344-245726 **Krishnagiri** 04343-234387
Ooty 0423-2441743 **Vellore** 0416-2234495 **Villupuram** 04146-227800
Pondicherry 0413-2280101 **Nagercoil** 04652-234990

மைலாஞ்சியும் மதிவதனியும்
ஆசிரியர்: **ஆட்டனத்தி**
முதல் பதிப்பு: பிப்ரவரி, 2022

அச்சிட்டோர்: **பாவை பிரிண்டர்ஸ் (பி) லிட்.,**
16 (142), ஜானி ஜான் கான் சாலை, இராயப்பேட்டை, சென்னை - 14
☎: 044-28482441

All rights reserved. No part of this book may be reprinted or reproduced or utilised in any form or by any electronic, mechanical, or other means, now known or hereafter invented, including photocopying and recording, or in any information storage or retrieval system, without permission in writing from the publishers.

அணிந்துரை

எழுத்தாளர் தோழர் ஆட்டனத்தி எழுதிய 'மைலாஞ்சியும் மதிவதனியும் சிறுகதைத் தொகுப்பில் பதினான்கு சிறுகதைகள் இடம்பெற்றுள்ளன. ஒவ்வொன்றிலும் அவர் வாழ்க்கையில் சந்தித்த அனுபவங்கள் பளிச்சிடுகின்றன. முதலில் அவர் எழுதி வெளியிட்ட 'அவளா இவள்' தொகுப்பு வெளியீட்டு விழாவில் பணிக்குச் சென்று விட்டதால் எழுத்தை நிறுத்தி விட்டீர்கள்; அது சரியல்ல; தொடர்ந்து எழுதியிருந்தால் பிரபலமான இலக்கியவாதியாக மாறியிருப்பீர்கள் என்று நான் பேசினேன். 1975 முதல் 1986 வரை எழுதிய சிறுகதைகள் தான் 'அவளா இவள்'. ஆட்டனத்தி அவர்கள் வனத்துறையில் வனச்சரக அலுவலர். அதனால் காட்டிலும் மேட்டிலும் கிராமங்களிலும் மனிதர்களோடும் விலங்குகளோடும் பழகும் வாய்ப்பு அதிகம். அவைகளைப் புனைவாக்கி சிறுகதைகளாகவும் நாவல்களாகவும் தந்துள்ளார்.

சிறுகதை மன்னன் ஜெயகாந்தனுக்கு நடைபெற்ற பாராட்டு விழாவில், 'சிறுகதைகளைத் தந்தவர்கள் சாதாரண ஏழை எளிய மக்கள் கிராமங்களிலும் வயல்களிலும் ஆலைகளிலும் பணியாற்றும் மக்கள் அவர்களே சிறுகதை மன்னர்கள்' என்றார் ஜெயகாந்தன். அதை இத்தொகுப்பில் இடம்பெற்றுள்ள பதினான்கு சிறுகதைகளும் நிரூபிக்கின்றன.

'விருதுகள்' கதையில் முத்துப்பாண்டி பறவைக் காப்பாளன். பறவைக் கணக்கெடுப்பில் கைதேர்ந்தவன், பேராதரவு தந்த முதல் மனைவி வள்ளிக்கண்ணுவின் ஞாபகம் அடிக்கடி வரும். இரண்டாவது மனைவி சோலையம்மா. சத்துணவு ஆயா. அவளும்தான் வேலைக்குப் போக வேண்டும். பறவைகள் குஞ்சுகள் என்று பேச்செடுத்தாலே சண்டைதான். பறவைக் குஞ்சுகளுக்கு மீன் வாங்கக் காசில்லாமல் சிரமப்படுகிறான். முத்துப்பாண்டிக்கு வேறெந்தக் கெட்ட பழக்கமும் இல்லை. சோலையம்மாவுக்குத் தன் கணவனின் செயல்கள் பிடிக்காமல் இருந்தாலும் பறவைக் காப்பாளனின் மனைவி என்பதைத் தனது செயலால் நம்மை பிரமிப்பு அடையச் செய்கிறாள். படித்துத் தெரிந்து கொள்ளுங்கள்.

'அம்மா' என்ற சிறுகதையில் உதயகுமார் வன அலுவலர். அவன் தாயார் கிருஷ்ணவேணி ஓய்வு பெற்ற ஆசிரியை. உதயகுமார் மூன்று

வயது சிறுவனாக இருக்கும் போதே அவன் தந்தை வேறொரு பெண்ணைத் திருமணம் செய்து விலகி விடுகிறான். உதயகுமார் வளர்ந்து நன்கு பயின்று வன அலுவலராகி விடுகிறான். அம்மா கிருஷ்ணவேணி மகனுக்குத் திருமணமும் செய்து வைக்கிறார். மருமகளுடன் அடிக்கடி கருத்து வேறுபாடு ஏற்படும் நிலையில், மகனிடம் முறையிட்டும் பயனில்லை. ஓய்வு பெற்ற ஆசிரியை கிருஷ்ணவேணி முதியோர் இல்லம் சென்று தங்கி விடுகிறார். தேடிக் கண்டுபிடிக்கும் உதயகுமார் அம்மாவைத் தன் இல்லத்திற்கு வருமாறு அழைக்கும் நிலையில் மறுத்து விடுகிறார். இதற்கிடையில் தொண்டாமுத்தூர் பக்கம் தாயும் குட்டியுமாக யானைகள் மக்களுக்குத் தொல்லை தருகின்றன. பட்டாசுச் சத்தம் டமார ஓசை செய்ய வேட்டைத் தடுப்புக் காவலர்களுக்கு ஆலோசனை சொல்கிறான் வன அலுவலர் உதயகுமார். காவடியாத்தா கோவில் மேட்டில் இருபதடிப் பள்ளத்தில் தாய் யானை படுத்துக் கிடக்கிறது. குட்டியானை அசைக்க முயற்சிக்கிறது. தாய் யானை இறந்தல்லவா போய் இருக்கிறது. தாயிடமிருந்து குட்டி பிரிய மறுக்கிறது. குட்டி யானையைப் பிரிக்க கும்கி வரவழைக்கப்படுகிறது. கும்கி, கண்ணீருடன் தவிக்கும் குட்டி யானையைப் பார்த்துத் திகைத்துப் போகிறது. பாகன் கும்கி யானைக்குச் சமிக்கை செய்கிறான். நகரவில்லை. மறுபடியும் கால் விரல்களால் சமிக்கை செய்கிறான் பாகன். ‘அம்மாவை அடக்கம் பண்ண வேண்டும் விலகு’ என்பது போல் கண்ணீருடன் குட்டி யானையை மெதுவாகத் தள்ளுகிறது கும்கி பாரி.

ஐந்தறிவு படைத்த யானைக்கே தாய்ப் பாசமா என்று வெட்கப் பட்ட உதயகுமார், அம்மா கிருஷ்ணவேணியை எப்படியாவது அழைத்து வரவேண்டும் என்று நினைத்துக் கொள்கிறான் கனத்த மனதுடன்.

‘முற்பகல்’ கதையில் மாதையன் தாத்தா. இரண்டு மகன்கள் மலையடிவாரத்தில் பூமி பத்து ஏக்கர் நிலம். இரண்டு மனைவிகள். காட்டுப்பன்றிகள் தொல்லை. அவுட்டுக்காயைக் கடித்ததால் வாய் வெடித்துச் சிதறிப்போகும். யானைக் கூட்டமும் வர ஆரம்பித்து விட்டது. சிறிய உருண்டையாய் இருந்த ஒன்றை யானைக் குட்டி வாயில் போட்டுக் கடித்து விட வாய் வெடித்து தாடையில் துவாரம் ஏற்பட்டு விடுகிறது. தண்ணீர் குடித்தால் துவாரம் வழியே ஒழுகி விடுகிறது. அங்குமிங்கும் அலைகிறது. தாய் யானையால் குட்டி யானையைக் காப்பாற்ற முடியவில்லை. மாதையன் தாத்தாவுக்குச் சிக்கல் வந்து சேர்கிறது. மகன்களுக்கு வாங்கிய வீட்டில் குடியேறுகிறார். ஏழு வயதான பேத்தி மலர்க்கொடி அடர்ந்த காடுகளுக்குள் இருக்கும்

அருவிக்குக் குளிப்பதற்காக வலியுறுத்தித் தன் பெற்றோர்களை அழைத்துச் செல்கிறாள். எதிர்பாராத விதமாக காட்டு யானையால் தாக்கப்பட்டு உயிர் துறக்கிறாள். சவப்பரிசோதனைக்குப்பின் நேராக வீட்டிற்குக் கொண்டு வந்து வாசலில் கிடத்துகிறார்கள். எல்லோரும் பெருங்குரலெடுத்து அழுகிறார்கள். மாதையன் தாத்தா மட்டும் ‘பிருமத்தி’ பிடித்தவர் போல் அப்படியே உட்கார்ந்திருக்கிறார். மற்றவர்கள் எல்லோரும் இவரின் செயலைக் கண்டு கோபம் கொள்கிறார்கள். உடலை ஆம்புலன்ஸில் ஏற்றப் போகும் சமயம் மாதையன் ‘மலர்க்கொடித் தங்கம்... மலர்க்கொடித் தங்கம்’ என்று கதறி அழுகிறார். மனிதர்களும் விலங்குகளும் எங்கு சென்றாலும் துரத்தித் துரத்தி நிழலாக வந்து கொண்டு இருக்கிறது.

‘கனகா’ கதையில் சீதாராமன் போலீஸ்காரர். பெரியம்மா மகன் மணிகண்டன் பாரஸ்டர். கனகா மனோரஞ்சிதம், வாடாமல்லி, முல்லை, கனகாம்பரம், கொய்யா, பப்பாளி என்று வீட்டுத் தோட்டம். காலையில் எழுந்ததும் முதல் வேலையாகச் செடிகளுக்குத் தண்ணீர் பாய்ச்சுவதே கனகா தான். மகள் யாழ்ப்பிரியா ஒன்றாம் வகுப்பு படிக்கிறாள். கனகாவின் அக்கா பார்வதியின் கணவர் நான்கு மாதச் சிகிச்சைக்குப் பின் பலனின்றி இறந்து போகிறார். யாழ்ப் பிரியாவை பள்ளியில் விட்டு விட்டு இழவு விட்டிற்குப் போகிறார்கள். ‘நான் வர ஒரு வாரமாகும் செடிகளைக் காய விட்றாதீங்க’ என்று சொல்லி விடுகிறார். யாழ்ப்பிரியாவோ மூன்று நாட்களாகத் தண்ணீர் ஊத்தாமல் செடிகளெல்லாம் காஞ்சு போய்க் கிடக்குது. அம்மா உங்களைத் தானே சத்தம் போடுவா என்று அப்பாவைப் பார்த்துச் சொல்லியவாறே தண்ணீர் ஊற்ற ஆரம்பித்தாள். அம்மா எப்பப்பா வருவா என்று அடிக்கடி கேட்க ஆரம்பித்தாள்.

எதுவும் பதில் பேசாமல் வீட்டின் வாசலில் சாமியானா போட ஆரம்பிக்கிறார்கள். சாமியானா பந்தலைப் பார்த்ததும் நிழல் வந்து விட்டது; செடிகள் காயாது என்று குதூகலக்கிறாள். அம்மா இனி அப்பாவைத் திட்ட மாட்டாள்தானே யாழ்ப்பிரியாவின் மனசு. நாற்காலிகள் போடுகிறார்கள். சிறுமிக்கு தன் அம்மா இறந்து போன விடயம் தெரியாதிருப்பதால்தானே தெரிந்த பின் அவளின் அழுகை கண்டு மனதை பிசைகிறது. மணிகண்டன் கொடுத்த தூதுவளை, வல்லாரை, கரிசலாங்கண்ணி, கீழாநெல்லி நாற்றுகள் நடவு செய்யப்பட்ட மண் தொட்டிகளில் தண்ணீர் வடிந்து கொண்டு இருக்கிறது.

‘கதையல்ல வாழ்க்கை’ கதையில் ராம்நாராயணன் முதியோர் இல்லத்தில் தங்கியிருக்கிறார். பாத்திரங்கள் விற்று முன்னேறியவர்.

மூன்று மகன்கள். முதல் மகன் ராதாகிருஷ்ணன் வீட்டை விட்டு வெளியேறி விடுகிறான். மற்ற இருவரும் திருமணமானதும் மாறி விடுகிறார்கள். சொத்துக்களைப் பிரித்துத் தர நிர்ப்பந்திக்கிறார்கள், அசிங்கப்படுத்துகிறார்கள். "அரைத் தூக்கத்தில் இருவரது பேச்சும் கேட்கிறது. 'ஒயரைப் படுத்திருக்கிற கட்டிலில் இணைச்சு, கரண்டைக் கொடுத்திட்டா தூங்கத் தூங்கச் செத்துப் போவான்." இதைக் கேட்டதும் அவர்கள் ஒயர் எடுத்து வருவதற்குள் ராம்நாராயணன் வெளியே ஓடி முதியோர் இல்லத்தில் தங்குகிறார். நெஞ்சுவலிக்கு இருதய அறுவைச் சிகிச்சை நடக்கிறது. ஐந்து லட்சம் செலவு எல்லாம் விடுதிக் காப்பாளர் ஏற்பாடு. ஓடிப்போன ராதாகிருஷ்ணன் ராதா என்னும் திருநங்கையாகி அப்பாவைத் தேடிக் கண்டுபிடித்து விடுதிக் காப்பாளரிடம் பணம் செலுத்திய விபரம் தெரிய வருகிறது. ராதா எம்.ஏ.பி.எல் எனும் அரசு வழக்கறிஞரை எவ்வளவு பாராட்டினாலும் தகும்.

'மைலாஞ்சியும் மதிவதனியும்' தலைப்புக் கதை. மைலாஞ்சி மலை மேற்குத் தொடர்ச்சி மலையில் உள்ளது. மைலாஞ்சிக் கரடை மைலாஞ்சி வனமாக மாற்றியவர் வன அலுவலர் பொன்னீஸ்வரன். அவரது மகள் மதிவதனியைப் பிரசவத்திற்காக மருத்துவமனையில் 'அட்மிட்' செய்கிறார். நாள் வந்தது. மாற்றி மாற்றிப் பேசுகிற பேச்சு பெரும் துன்பம் தருகிறது. தலை திரும்பிருச்சாம்... குழந்தை உயிரோடு இருப்பதே சந்தேகமாம். சிசேரியன் பண்ணலாம்னா ஜன்னி கண்டு விட்டதாம். காண்ட்ராக்டர் சிவனப்பனுக்கு 'நோ அப்ஜெக்சன்' கொடுக்க மறுத்த சம்பவம் நினைவுக்கு வந்தது. தரம் குன்றிய காடுகளைத் தரம் உயர்ந்த காடுகளாக்க மைலாஞ்சி மலைக்கருகே கல்குவாரி அமைக்க சிவனப்பனுக்கு நோ அப்ரஜக்சன் சான்று வழங்க மறுத்தவர் பொன்னீஸ்வரன். தாவரங்களும் வன உயிரினங்களும் வெடிச் சப்தத்தால் பாதிப்பு வரக்கூடாதல்லவா? எப்படியோ நல்லபடியாகப் பெண் குழந்தையைப் பெற்றெடுத்த மகளையும் பேத்தியையும் பார்க்கச் செல்கிறார் பொன்னீஸ்வரன். மலையானாலும், வனமானாலும் நோ அப்ஜெக்சன் சான்று வாங்கப் பணம் இருந்தால் போதும். அமைதியான நேர்மையான ஆட்டனத்தி போன்றவர்கள் விதிவிலக்கு.

'பூமாலை நீயே' கதையில் அரசுப் பணியில் இருப்பவர்கள் அன்புநேசன், கதிரேசன் இருவரும் நண்பர்கள். இதயப் பாதிப்பில் அன்புநேசன் இறந்துபோகிறார். எழுத்தாளராகவும் இருந்தவர். இறுதி அஞ்சலி செலுத்த அவரது மச்சான் கோட்டியப்பன் மாலையுடன் வருகிறார். கதிரேசன் அதைத் தடுக்கிறார். காரணம் ஒரு திருமண வைபவத்தில் கோட்டியப்பனிடம் நான் போகும் போது வாங்கிக்

கொள்கிறேன் என்று ரூபாய் பதினேழாயிரத்தைக் கொடுத்து வைக்கிறார். அந்தப் பணம் பொதுப்பணம். ஆனால் பணிக்குத் திரும்பும் போது பணத்தை கோட்டியப்பனிடம் கேட்டிருக்கிறார் அன்புநேசன். கோட்டியப்பனோ ஏதோ ஒரு நோட்டை எடுத்துக் கணக்குப் பார்த்து விட்டு நீ ஐந்தாயிரம் கொடுக்க வேண்டும் என்று பன்னிரண்டாயிரம் ரூபாயைத் திருப்பித் தருகிறார். அதை மனதில் வைத்துக் கொண்டுதான் மாலை போட்டால் அதற்கும் கணக்கு எழுதி மகன்களைத் தொல்லைபடுத்தி விடுவார். தான் இறந்த பிறகு இதெல்லாம் நடக்கும். அன்புநேசன் எழுதிய நோட்டை இரண்டு நாட்களுக்கு முன்பு தான் பார்த்தார் கதிரேசன். மறப்போம் மன்னிப்போம் என்ற முடிவிற்கு வந்த கதிரேசன் கோட்டியப்பனிடம் வருத்தம் தெரிவிக்க எண்ணும் செயல் ஏற்புடையதா? வாசகர்களே!

'கிருஷ்ணவேணியக்கா' கதையில் சிவராமன் தனியார் பயிற்சிப் பள்ளியில் வார்டன். மனைவி மனோன்மணி செகண்டரி கிரேடு ஆசிரியை குறைந்த ஊதியம். மகன் பொறியியல் படித்து விட்டு வேலையின்றி இருக்கிறான். அக்கா கிருஷ்ணவேணி மச்சான் பசையப்பன். இருவரும் நல்ல நிலையில் வசதியாக இருக்கிறார்கள். சிவராமன் உடல் நலிவடைகிறான். போதிய பண வசதியில்லாமல் இருக்கும் நிலையில் அறுவைச் சிகிச்சை செய்தாக வேண்டியிருக்கிறது. அக்கா தரப்பினர் நிதியுதவி செய்வார்களா. கடன் கொடுப்பார்கள் தான். ஆனால் அறுவைச் சிகிச்சை செய்து குணமடையும் முன்பே கொடுத்த பணத்தை கேட்பார்கள். கடன்பட்டார் நெஞ்சம் போல் கலங்கினான் இலங்கை வேந்தன் என்பது போல் ஆகிவிடும். பல்வேறு சிந்தனைகளோடு மருத்துவமனையில் சிவராமன். ஆனால் கிருஷ்ணவேணி யாருக்கும் தெரியாமல் அறுவைச் சிகிச்சைக்கான பணத்தைக் கட்டச் செல்கிறாள். கல்லூரியில் படித்த தோழியைச் சந்திக்கிறாள். விடயம் தெரிந்தவள் 'ஆரோக்கியம் தருமா ஆணாதிக்கம்' என்று பேசியதைச் செயல்படுத்தி விட்டாள் என்று தோழி அமுதவல்லி தன் சிநேகிதியை வியந்து பார்த்துக் கொண்டேயிருக்கிறார்-

'தண்ணீர் தண்ணீர்' கதையில் ராம்பிரசாத்தும், செண்பகவல்லியும் காதல் திருமணம் செய்து கொண்டவர்கள். உறவினர்கள் எதிர்ப்புக் கிடையே கன்னியாகுமரியிலிருந்து கோவைக்கு வந்து வாழ்பவர்கள். இவர்கள் ஆசிரியர்கள்.

பிறர் முன்னிலையில் வாழ்ந்து காட்ட வேண்டும். இடம் வாங்கிப் பள்ளியை நிறுவுகின்றனர். தண்ணீர் வசதியில்லாத இடம். அருகிலேயே ஆறு ஓடுகிறது. ஆற்றில் ஓடும் தண்ணீரைத் திருப்பி விடுகிறார்கள். பள்ளி நாளடைவில் பெரிய கல்வி நிறுவனமாகி விடுகிறது. பெரியதொரு

விழா நடைபெறுகிறது. கடந்த ஆண்டில் நடந்த விபத்தில் தன் மனைவியும் மகனும் காரில் சென்றபோது ஆற்று வெள்ளத்தில் அடித்துச் சென்றது நினைவுக்கு வருகிறது. மனைவியின் உடல் கிடைக்கிறது. ஆனால் மகனின் உடல் கிடைக்கவில்லை. மகன் இறக்கவில்லை- இருக்கிறான் என்ற நினைவுடனே இருக்கிறார். இருட்டுப்பள்ளத்தில் மாருதி கார் அடித்துச் செல்லப்பட்டு இறந்த சம்பவத்தை நினைவூட்டுவதாக உள்ளது.

'ஜெய் ஆஞ்சநேயா' - பாபா ஜெயகுருதேவ் மலை அடிவாரப் பகுதியில் நிலம் வாங்கி அறுபதடி உயர ஆஞ்சநேயர் சிலையை நிறுவுகிறார். திறப்பு விழாவன்று ஏராளமான கூட்டம். நிறைய கார்கள் வருகின்றன. கார்கள் உள்ளே செல்லச் சோதனைச் சாவடியைக் கடந்து செல்ல வேண்டும். கட்டணம் வசூலிக்கப்படுகிறது. ராமகிருஷ்ணன்தான் மலை அதிகாரி. ரசீது பெறாத ஒருவர் புகார் செய்யவும் பிரச்சினை எழுகிறது. செய்தித்தாள் 'கொள்ளையோ கொள்ளை' என்று தலைப்பிட்டுச் செய்தி வெளியிடுகிறது. ராமகிருஷ்ணன் சிக்கலுக்கு ஆளாகிறார். மகளுக்குத் திருமணம் நடக்க இருக்கும் சமயம். சிக்கலிலிருந்து விடுபட்டாரா. மகளின் திருமணம் நடந்ததா என்பதை வாசகர்களே படித்துத் தெரிந்து கொள்ளுங்கள்.

'மணல்' சிறுகதையில் விநாயகம்பாளையம், சிவலிங்காபுரம் மக்களுக்கிடையே தண்ணீர் பிரச்சனை. இவர்களுக்கிடையே உள்ள பிரச்சனை எப்படித் தீர்க்கப்படுகிறது என்பது தான் கதையின் உள்ளீடு. இரண்டு ஊர்களுக்கும் பயன்பெறும் வகையில் மலையில் அத்திக் குழி என்னும் இடத்தில் தடுப்பணை கட்டப்பட்டுள்ளது. சமமாகத் தண்ணீர் பங்கீடு இருக்க வேண்டும் என்ற நோக்கில் இரண்டு (Vent) திறப்புகள் வைக்கப்பட்டும், குறுக்குச் சுவர் கட்டப்பட்டும் வனத்துறை ஏற்பாடு செய்திருந்தது. சங்கரன், சண்முகம், ரங்கநாதன் மூவரும் சகோதரர்கள். விநாயகம் பாளையத்தைச் சேர்ந்தவர்கள். தடுப்பணையில் மணல் மூட்டைகளை சிவலிங்காபுரத்திற்குத் தண்ணீர் போகும் திறப்பில் அடுக்கி தண்ணீர் போவதைத் தடுத்து விடுகிறார்கள். ரங்கநாதன் மனைவி மகாலட்சுமி சிவலிங்காபுரத்தைச் சேர்ந்தவள் சகோதரர்களின் செயலைக் கண்டிக்கிறாள். ரங்கநாதன் தன் மனைவி கர்ப்பிணி என்றும் பார்க்காமல் அடிக்கிறான். ஆசிரியையான அவள் கோபித்துக் கொண்டு தாய் வீட்டிற்குச் சென்று விடுகிறாள். மகன் பிறந்து விட்டான். ரங்கநாதன் பார்க்கவும் செல்லவில்லை. இரண்டு வருடங்களாக மழைவளம் குன்றிப்போய் தண்ணீர் வரத்தே இல்லை.

இப்போது மழை பெரும் மழையாகப் பொழிகிறது. தடுப்பணை நிரம்பி இருக்கிறது. ரங்கநாதனின் தாய் இரண்டு வருடங்களுக்குப் பின்னால் மருமகளையும் பேரனையும் அழைத்து வருகிறாள். அத்திக் குழி தடுப்பணையில் மணல் மூட்டைகள் இல்லை. இது தான் தீர்வு.

'புலி வேட்டை' கதையில் பொறுப்பான வன அலுவலர் கோபாலனுக்கு மனைவி நந்தினி. எஸ்டேட் அருகில் ஆட்கொல்லிப் புரியால் அடித்துக் கொல்லப்பட்ட ஆண் பிணம் கிடக்கிறது. புலியைக் கண்டு பிடிக்க முயற்சிக்கிறார்கள். பள்ளிகளுக்கு விடுமுறை. மாலையானால் பொதுமக்கள் வீட்டை விட்டுவெளியே வராமல் வீட்டிற்குள்ளேயே அடைந்து கிடக்கிறார்கள். பல முயற்சிகளுக்குப் பின் புலி சுட்டுக் கொல்லப்படுகிறது. கோபாலன் வன அதிகாரியா யிற்றே. பத்திரிகை, தொலைக்காட்சிகளில் செய்திகள். ஆனால்மனைவி நந்தினி மௌனமாக முனகிக் கொண்டு இருக்கிறாள். காரணத்தைத் தேடுகிறான் கோபாலன். வீட்டில் எலிப்பிரச்சனை. அது தான் காரணம். விவசாயி தற்கொலை, டிராக்டர் பறிமுதல் இது ஒரு செய்தி. கோடிக்கணக்கில் வங்கிக் கடன் வாங்கிக் கொண்டு வெளிநாட்டில் பேட்டி கொடுத்துக் கொண்டு இருக்கிறார். இது மற்றொரு செய்தி. முரண்பாடான உணர்வுகளோடு நிற்கிறான் கோபாலன்.

விவசாயிகள் படும் துன்பங்களையும் டெல்லியில் நடக்கும் விவசாயிகள் போராட்டத்தையும் வெளிநாடுகளில் பேட்டியளிக்கும் மல்லையா, நீரவ் மோடி போன்றோரையும் நினைவுபடுத்தும் கதை.

'பாவம் இவள்' - சிறுகதையில் கோவையைச் சேர்ந்த ராமமூர்த்தி ஓய்வு பெற்ற வன அதிகாரி. டாக்டர் ராஜபாண்டியனிடம் அறுவைச் சிகிச்சை செய்ததால் நண்பர் விக்னேஸ்வரனையும் அழைத்துச் செல்கிறார். சிவனேசனும் மனைவி கற்பகமும் பெண் மருத்துவரைப் பார்க்க வருகிறார்கள். அதனால் பழக்கம். நண்பரின் மகன் திருமணத் திற்காக சத்தியமங்கலம் சென்றுவிட்டு பேருந்தில் திரும்பி வருகிறார் ராமமூர்த்தி முப்பத்தைந்து ஆண்டுகளுக்கு முன் பணியாற்றிய ஓதி மலைக்கரடு எதிரே நீலிபாளையம் குளம். வனத்துறையில் பண்ணைக் காடுகள் திட்டத்தில் பெரிய வனமாக்கும் முயற்சியில் கருவேல நாற்றுகள் நடப்படுகின்றன. தணிக்கை செய்த போது நாற்றுகள் பிடுங்கப்பட்டிருக்கின்றன. காவலரிடம் தீப்பொறியாய் திட்டுகிறார். பக்கத்துத் தோட்டக்காரர் குருந்தாசலம்தான் நாற்று களுக்கு சேதம் விளைவித்திருக்கிறார். அவர் மீது காவல்துறையில் ராமமூர்த்தி புகார் கொடுக்கிறார். காவல்துறையினர் குருந்தாசலத் தையும் மயங்காத்தாளையும் அழைத்துச் செல்கிறார்கள். இதெல்லாம்

பழைய நினைவுகள். மருத்துவமனையில் சிவனேசனையும் கற்பகத் தையும் சந்திக்கும் போது தான் சிவனேசன் சத்தியமங்கலத்தைச் சேர்ந்தவன் என்பதும், கற்பகத்தின் சொந்த ஊர் நீலிபாளையம் என்பதும், அப்பா குருந்தாசலம் அம்மா மயங்காத்தாள் என்பதும், இருவரும் இறந்து விட்டார்கள் என்றும் அறிந்தார். ராமமூர்த்திக்கோ திகைப்பு. காட்டிக் கொள்ளவில்லை. அவர்கள் செய்த செயலால் தான் இப்போது அவர்கள் மகள் துன்பப்படுகிறாளோ. பாவம்தான் இவள்.

'நிலாச்சோறு' - சிவசாமி, செந்தில், வெங்கடாசலம், சுப்புக்குட்டி என அனைவரும் சேர்ந்து உலியம்பாளையத்திலிருந்து பாறைக்குழி, ஆனைமடுவு எல்லாம் தாண்டி இரவில் அடர்வனத்திற்குள் விலங்கு வேட்டைக்குப் போகிறார்கள்; அடுத்த நாள் நிலாச்சோறு விருந்துக்கு எறும்புதின்னியைத் துப்பாக்கியால் சுடுகிறார்கள். மூட்டை கட்டி வைத்து விட்டு ஓடையில் நீர் குடிக்கும் போது விலங்கொன்று மூட்டையைக் கவ்விக்கொண்டு ஓடிவிட்டது. ஆனால் அதிகாலை கிடைத்த அருகே வெங்கடாசலம் சுட்டுக் கொன்ற காட்டுப் பன்றியுடன் ஊர் திரும்புகிறார்கள். முழுக்க முழுக்கப் பன்றிக் கறியும் சாராயமும் தான் என்ற மகிழ்ச்சி. ஊர் அருகே வரும் போது மசிரியம்மா என்ற பதட்டத்துடன் குரல். பயந்து போய் பார்த்தால் ராத்திரி யானை வந்துருச்சு. வீட்டின் நடு அறையில் மசிரியம்மாளும் பக்கத்து வீட்டுப் பெண்ணும் தூங்கி இருக்கிறார்கள். அடுத்த அறையில் யானை மூட்டையைப் பிரித்து அரிசியே எடுத்துத்திங்க ஆரம்பிச்சுருச்சு. இருவரும் அலறி அடித்துக் கொண்டு வெளியே வந்து விட்டார்கள். ஊர் கூட்டம் கூடி பட்டாசு வெடித்த பின் யானை போய் விட்டது.

கறியும் சோறுமாய் நிலாச்சோறு சாப்பிடுவதற்குப் பதிலாக யானையல்லவா கொண்டாடியிருக்கிறது. மனுசங்க மிருகங்களைத் தின்பதற்காக வேட்டையாடுகிறார்கள். ஆனால் மிருகம் மனுஷங் களோட அரிசியை வேட்டையாடிப் போயிடுச்சு. மனிதர்கள் தப்பித்ததே பெருங்காரியம்.

இந்தப் பதினான்கு சிறுகதைகளிலிருந்து நாம் தெரிந்து கொள்வது என்ன. மலைகள், காடுகள், குகைகள், ஆறுகள், கிராமங்கள் எதுவாக இருந்தாலும் கதைகளில் உயிரோட்டமாக விளங்குவது மனிதாபிமானம். நேர்மையான அலுவலர். பிரச்சினைகள் இல்லாமல் மனித வாழ்க்கை இல்லை. அவற்றை எதிர்கொண்டு தான் ஆக வேண்டும். யதார்த்த பூர்வமாகச் சிறுகதைகளைப் படைத்த ஆட்டனத்தி அவர்கள், நல்லதொரு படைப்பாளி என்பதில் ஐயம் ஏதும் இல்லை. மேலும்

பல சிறுகதைகள் நாவல்கள் படைக்க வேண்டும். நெஞ்சம் நிறைந்த வாழ்த்துகள்.

சிறுகதைகளை வெளியிட்ட கணையாழி, விஜயபாரதம், ஓம் சக்தி, பேசும் புதிய சக்தி, தாமரை, கிழக்கு வாசல் உதயம் இதழ்களுக்கு எனது இனிய வாழ்த்துகள்.

தோழமையுள்ள,
வெ. சுப்பிரமணியன்
துணை ஆட்சியர் (பணி நிறைவு)
மாநிலத் துணைத் தலைவர்
தமிழ்நாடு கலை இலக்கியப் பெருமன்றம், கோவை.

அணிந்துரை
'யதார்த்தம் பேசும் சிறுகதைகள்!'

'ஆட்டனத்தி!' இந்தப் பெயரே எனக்கு வியப்பூட்டுவதாக இருக்கிறது, 'ஆட்டனத்தி' வழக்கத்திற்கு மாறான பெயர். இதன் பொருள் என்ன? அதை அவரேதான் சொல்லவேண்டும்.

இது அவரது நான்காவது சிறுகதைத் தொகுப்பு. ஒவ்வொரு கதையும் வெகுயதார்த்தமான படைப்பு. யதார்த்தம் என்றால் உண்மை என்றுதானே பொருள். உண்மை என்பது எப்போதுமே அழகானது எளிமையானது, அதே சமயம் அசைக்க முடியாத வலிமை கொண்டது என்பதுதானே பொருள்.

அப்படித்தான், நண்பர் ஆட்டனத்தியின் ஒவ்வொரு கதையையும் உண்மையை... யதார்த்தத்தை மையமாக வைத்து உருவாக்கியுள்ளார்.

அதோடு அவர் வனத்துறையில் பணியாற்றியுள்ளதால் வனத்தின் சூழல் வனப்போடு கதையோடு கதையாக கலந்து வருகிறது. கதையைப் படிக்கும் போது காட்டின் சூழல் நம்மனத்திலும் விரிகிறது. விரிந்து சுகமான அனுபவத்தைத் தருகிறது.

என் நெஞ்சை சுரீரென்று தைத்த ஒரு கதையைப் பற்றி கண்டிப்பாக சொல்லியாக வேண்டும். கதையின் பெயர் விருதுகள்.

இந்தக் கதையின் நாயகன் பறவைகளை நேசிப்பவன். ஆராதிப்பவன். கொண்டாடுபவன். அதுகளுக்காகத் தன் வருமானம் முழுவதையும் செலவழிப்பவன். அவைகளுக்கு இரைபோடுபவன். அதனால் குடும்பத்திற்கு பணம் கொடுக்க இயலாதவன்.

ஆனால் அவனது பறவை ஆராய்ச்சிகளுக்காக ஏராளமான விருதுகளும் கோப்பைகளும் பெறுகிறான். பறவை மனிதன் என்று பாராட்டப்படுகிறான். ஆனால் இப்படி இருக்கிறாரே என்று அவனது மனைவி வருந்துகிறாள்.

ஆனால் ஒருநாள் ஒரு காரியம் செய்கிறாள். அவளது கணவனான பறவை மனிதனுக்காக. அதைப்படித்ததும் 'அடேயப்பா! அந்தப் பெண்ணா இப்படி!' என்று மலைத்துப் போனேன். ஆனால் அந்த

மலைப்பு எதனால் என்று சொல்லமாட்டேன். நீங்கள் படித்துப் பரவசப்படுங்கள்.

இப்படித்தான் ஒவ்வொரு கதையும் ஒவ்வொருவிதம், ஒவ்வொரு சுவை. ஆட்டனத்தி ஓர் அற்புதமான கொண்டாடப்படவேண்டிய எழுத்தாளர்.

இந்த உண்மையை அவரது கதைகளைப் படித்து முடித்ததும் நீங்களும் ஒப்புக்கொள்வீர்கள். பாராட்டுவீர்கள்.

இது நான் அவரது கதைகளைப் படித்து முடித்ததும் புரிந்து கொண்ட உண்மை. மீண்டும் நன்றி.. மீண்டும் வணக்கம்.

என்றும் உண்மையுடன்,
உத்தமசோழன்
எழுத்தாளர் (ம) பதிப்பாளர்
கிழக்குவாசல் உதயம்
525, சத்யா இல்லம்
திருத்துறைப்பூண்டி - 614713
செல் - 9443343292
Email: kizhakkuvaasal@gmail.com

என்னுரை

'வாழ்க்கை என்றாலே சக மனிதர்கள் தான்' என்ற காப்மேயரின் கூற்றுக்கேற்ப சக மனிதர்களாலேயே நேசிப்பும் கசப்பும் உருவாகி விடுகிறது. நேசிப்பும், கசப்பும் ஒரு கலவையாகிக் கதைகள் உருவாகக் காரணமாகி விடுகிறது. வாழ்க்கைக்குள் தான் கதையே இருக்கிறது.

கொரோனா பெருந்தொற்று உலகையே திருப்பிப் போட்டிருக் கிறது. வசந்தங்கள் தொலைந்து போய் விடுமோ என்ற பேரச்சம் மனதில் குடிகொண்டு விட்டது. இலக்கியம் இலக்கியத்திற்காக இல்லை இல்லை, வாழ்க்கைக்காக என்பதை நிலைநாட்டவே ஆழமான சோகம் கலந்த வருத்தங்கள் சூரியக் கதிர்களைக் கண்டதும் விலகி ஓடும் பனியாக மாறி விடட்டும். புதிய வசந்தங்கள் வந்து புதுப்பாதை அமைக்கட்டும்.

புதிய புதிய செய்திகளை உங்களோடு பகிர்ந்து கொள்ள வேண்டும் என்பது தான் எனக்குள் பதிந்து பொங்கிப் பிரவகித்துக் கொண்டிருக்கும் பேரவா.

மன அழுத்தம் தீர மிகச் சிறந்த வழி நம்மைச் சுற்றியுள்ளவர்களின் துன்பத்தைக் கூர்ந்து கவனிக்க வேண்டும் அவர்கள் படும் துன்பத்தை உணர்ந்ததாலேயே அதை மிகச் சிறந்த முறையில் பதிவு செய்ய வேண்டும். தீர்வு காணவேண்டும் என்று மனசு துடிக்கிறது.

விருதுகள், முற்பகல், கனகா, பாவம் இவள் என்று எனது சிறுகதை களில் தேடல்கள் வெளிச்சம் போட்டிருப்பதாய் உணர்கிறேன். 'மைலாஞ்சியும் மதிவதினியும்' சிறுகதைத் தொகுப்பில் இடம்பெற்றுள்ள மேற்சொன்ன கதைகள் என்றில்லை மேலும் சில கதைகள் விடியல் தேடிப் பயணிப்பது போல் ஒரு பிரமையை உருவாக்கிக் கொண்டிருக் கிறது.

இத்தொகுப்பில் உள்ள பதினான்கு கதைகளில் சிலவற்றையோ அல்லது முழுவதுமாகப் படித்தவர்கள் குறுநாவல் ஆக்கலாம் என்று சிலவற்றைக் கோடிட்டுக் காட்டியிருக்கிறார்கள். இதில் எனக்கு மாற்றுக் கருத்து ஏதும் இல்லை, முயற்சிக்கலாம் என்று மட்டும் ஒப்புதலுக்காகச் சொல்லி வைத்தேன்.

என் மீது அன்பு கொண்டு அல்லது என் எழுத்தில் நம்பிக்கை கொண்டு எனது கதைகளை வெளியிட்ட கணையாழி, பேசும் புதிய

சக்தி, ஓம் சக்தி, தாமரை, விஜயபாரதம், கிழக்கு வாசல் உதயம் இதழ்களுக்கு நன்றி கூறுவது கடமையே.

இலக்கியப் பரப்பில் அதிகம் நம்மோடு பேசுவது சிறுகதைகளே. சிறுகதைகளைப் படைப்பதில் சிறப்புக் கவனம் செலுத்தினால் மட்டும் நல்லதொரு சிறுகதை உருவாகும். சிறுகதை இலக்கியம் வளரட்டும், வளம் பெறட்டும்.

வழக்கம் போல் என் எழுத்தின் மீது நம்பிக்கை கொண்டு மைலாஞ்சியும் மதிவதனியும் சிறுகதைத் தொகுப்பை வெளியிட விருக்கும் பீடும் பெருமையும் உடைய நியூ செஞ்சுரி புத்தக நிறுவனத்தார்க்கு எனது நெஞ்சார்ந்த நன்றியைக் காணிக்கையாக்கு கிறேன்.

இச்சிறுகதைத் தொகுப்பிற்குச் சிறந்ததொரு அணிந்துரை வழங்கிய தன்னலம் கருதாது கலை இலக்கிய நட்புகளுக்காக அயராது உழைத்துக் கொண்டிருக்கும் தலைவர் வெ.சு. அவர்களுக்கு நெஞ்சார்ந்த நன்றியைத் தெரிவித்துக் கொள்கிறேன். பத்திரிகையாளர் நண்பர் உத்தமசோழன் சிறந்ததொரு அணிந்துரை வழங்கியுள்ளார். பல்வேறு இலக்கியப் பணிகளுக்கு இடையேயும் சிரமம் பாராது செய்த பணிக்காக எவ்வளவு முறை நன்றி பாராட்டினாலும் போதாது. சோழன் என்று தன் பெயருக்குள் வைத்திருக்கும் நண்பர், சோழன் கரிகாலன் மருமகன் ஆட்டனத்தி பற்றி தெரியாமலா இருப்பார். ஆறுமுகம் தந்தை பெயர். தண்டபாணி எனது பெயர். 'ஆ', 'த' இரண்டு முதல் எழுத்தும் சேர்த்து ஒரு பெயர் வேண்டும். அது தான் 'ஆட்டனத்தி' என்று புனைபெயரில் எழுதுகிறேன். 1969-லிருந்து ஆட்டனத்தி புனைபெயரில் எழுதுகிறேன். வெவ்வேறு புனைபெயர்களிலும் எழுதி வருகிறேன்.

பல்வேறு நிகழ்வுகளில் எனது புனைபெயர் பற்றியதொரு விளக்கம் சொல்லியிருந்தாலும் 'கிழக்கு வாசல் உதயம்' இதழ் ஆசிரியர் நண்பர் உத்தம சோழன் அவர்களுக்காக இதை எழுத வேண்டியவனாகி விட்டேன். நன்றி.

கோவை 641007 தோழமையுடன்
28.9.2021 **ஆட்டனத்தி**

பொருளடக்கம்

1. விருதுகள் — 19
2. அம்மா — 26
3. முற்பகல் — 33
4. கனகா — 39
5. கதையல்ல... வாழ்க்கை! — 46
6. மைலாஞ்சியும் மதிவதனியும்... — 53
7. பூ மாலை... நீயே... — 58
8. கிருஷ்ணவேணியக்கா... — 65
9. தண்ணீர்... தண்ணீர்... — 72
10. ஜெய் ஆஞ்சநேயா... — 79
11. மணல் — 87
12. புலி வேட்டை — 95
13. பாவம் இவள்... — 101
14. நிலாச் சோறு... — 108

விருதுகள்

தன் முன்னால் குவிந்து கிடக்கிற பாத்திரங்களை ஒரு கல்லின் மீது, கட்டியிருக்கும் சேலையை முழங்கால் அளவுக்குத் தூக்கிச் செருகி விட்டு, உட்கார்ந்தபடியே துலக்கிக் கொண்டிருந்தாள் சோலையம்மா. ஒவ்வொரு பாத்திரத்தையும் கழுவி வைக்கும் போது 'ணங்' கென்று சப்தமும் அவளின் முனகலும் தெளிவாய்க் கேட்டது. முத்துப்பாண்டி தன் மனைவியின் முனகலைச் சிறிதும் பொருட்படுத்தாமல் பறவைகள் கணக்கெடுப்பிற்காகக் குளத்திற்குப் புறப்பட ஆயத்தமாகிக் கொண்டிருந்தான்.

சோலையம்மா சத்துணவு ஆயா அவளும் தான் வேலைக்குப் போகவேண்டும். அதற்குள் வீட்டில் சமையல் வேலையை முடித்தாக வேண்டும். அப்புறம்தானே பள்ளிக்கூடம் செல்வதும் அங்கு சத்துணவு சமைப்பதும் எனப் பணிகள்.

"நானும் கேட்டுட்டேயிருக்கிறெ... இத்தனெ நாளு பாக்காமெ உட்டுட்டெ... எத்தனெ நாளாச்சு. எங்கே போச்சு... ம்ம் மருந்துக்குக் கூடொ ஒன்னையும் காணோம் தொடச்சு வெச்ச மாதிரியிருக்கு..."

"காலங்காத்தாலெ ஏ இப்புடிச் சத்தம் போடறெ... வெய்ய வர்றக்கு முந்தி குளத்லெ எரங்கணும். நா வர்றெ... இப்ப பதில் சொல்ல நேரமில்லெ" மெதுவாகவே சொன்னவன் விர்ரென்று புறப்பட்டு விட்டான் முத்துப்பாண்டி!

ஒரு மணி நேரம் கடந்து விட்டிருந்தது... இளம் வெயில் ஊடுருவியிருந்தது.

புங்கன் மரத்திலிருந்து உடைத்து எடுத்த குழைகளைச் சுற்றியும் அடர்த்தியாய்ப் பச்சையாய்க் கட்டப்பட்டுத் தலை, முகம் என முழுக்க மூடிடும் வண்ணம், இவ்வளவு நேரமாய்க் கவிழ்த்து வைக்கப்பட்ட மண்பானையை வெளியே எடுத்த பிறகுதான் முத்துப்பாண்டிக்குப் பெருமூச்சே வந்தது. தலையில் மண் பானையைக் கவிழ்த்த பின் வெளியே பார்ப்பதற்காக இரண்டு கண்கள் இருக்கும் இடைவெளி அளவுக்கு இரண்டு துளைகள் போடப்பட்டிருந்தது. துளைகள் இரண்டும் கண்கள் அருகில் வருமாறு கவிழ்த்துக்கொண்டால் அவைகள் வழியாக வெளியே பார்க்கலாம். மண் பானையைச் சுற்றிலும் கட்டப்பட்டிருந்த அடர்பச்சையில் அடர்த்தியாய்ப் புங்கன்

இலைக் கொத்துக்கள். பார்க்கும் பறவைக் கூட்டங்களுக்குப் புங்கன் இலைக் கூட்டத்திற்குள் இருப்பது பானை என்றோ கழுத்து அளவு குளத்துத் தண்ணீரில் நின்றவாறு தண்ணீரில் இருப்பது மனிதன் என்றோ தெரியாது. அப்படியே நடந்தால் புங்கன் செடி நடந்து வருவது போல் தெரியும்.

ஊரின் நடுநாயகமாயிருக்கும் நூறு ஹெக்டர் பரப்பளவில் உள்ள நீர் பொங்கிப் பிரவாகமெடுத்துக் கிடந்த குளத்தில் எங்கும் பரவியிருந்த கருவேல மரங்களில் வலசை வரும் பறவைகள் கட்டிய கூடுகளையும் பறவைகளையும் எண்ணிக் கணக்கெடுக்கிற பணியில்தான் கடந்த மூன்று நாட்களாக முத்துப்பாண்டி ஈடுபட்டிருக்கிறான்.

அதிகாலையில் குளத்தில் இறங்குபவன் களைத்துப் போகும் வரை வரிசையாய் இருக்கும் கருவேல மரங்களிலிருந்து கூடுகளைக் கணக்கெடுத்த பின் முதல் வேலையாகக் குளத்து மேட்டில் தனது சட்டைப் பையில் வைத்திருந்த நோட்டில் குறித்துக் கொள்வான்.

அதற்குப் பிறகுதான் பறவைகளின் எச்சம் விழுந்து கலந்து கரைசலாய் மாறியிருக்கும் குளத்து நீரின் அழுக்கும் அசுத்தமும் தெரியவரும். அரை மணி நேரத்திற்கொரு தடவை ஏதோ ஒரு மரத்தைப் பிடித்தவாறே தலையில் கவிழ்த்தியிருக்கும் பானையை வெளியே எடுத்து, இடுப்பில் டிரவுசரின் மேல் உடுத்தியிருந்த துண்டை எடுத்துப் பிழிந்து முகம் தலை என்று துடைத்துக் கொள்வான். செருப்போ வேறு எதுவும் அணியாமல் வெற்றுக் கால்களுடன்தான் குளத்து நீரில் நடந்து சென்று கணக்கெடுப்பான். மூன்று மணி நேரத்திற்கு மேல் வெயில் ஏறி உச்சிக்கு வரும் என்பதால் குளத்திலிருந்து மேலே வந்து விடுவான்.

இப்போதும் கூடத் தலையில் கவிழ்த்திருந்த மண் பானையை எடுத்த பின், கையை விட்டுத் தலையை அளையும் போது வியர்வையில் ஒன்றோடு ஒன்று அப்பிக் கிடந்த முடிக்கற்றையிலிருந்தும் குளத்து அழுக்குத் தண்ணீர்படாமல் இருந்த போதும் நாற்றம் கிளம்பியது. நோட்டுப் புத்தகம் அடங்கிய சட்டையை எடுத்தபடியே குளிக்கும் இடம் வரை செல்லும் போது தன்னை ஒரு நடமாடும் நாற்றமாக அறிந்து கொண்டான்.

பறவைக் காப்பாளன், தலைக்கு ஷாம்புவையும் உடம்புக்கு லைப்பாய் சோப்பையும் போட்டுக் குளித்தவன், சாப்பிட்டு முடித்துப் பிற்பகலில் மூன்று மணி நேரம் குளத்தில் இறங்கிக் கூடுகள் வாரியாகப் பறவைகள் கணக்கெடுக்க வேண்டும். அவ்வப்போது தோலில் எரிச்சலும் நமைச்சலும் எடுக்கும், வேதனை சூழும். மருத்துவரிடம்

சென்று ஊசியும் மாத்திரையும் போட்ட பிறகு எல்லாம் காணாமல் போய் இருந்தது. இலேசாய்த் தேங்காய் எண்ணெயையும் எடுத்துத் தன் உடம்பெங்கும் தடவிக் கொண்டான்.

வன ஓய்வு விடுதி வளாகத்திலுள்ள சிறிய அறை ஒன்றில் தங்குவான். கணக்கெடுப்பு முடியும் வரை அதுதான் உசிதம் வீட்டிற்குப் போவதில்லை. வேலை முடிய எப்படியும் இன்னும் ஒரு வாரமாகும்.

பறவைக்காப்பாளன்... எந்தப் பறவையைப் பார்த்தும் இன்ன பறவை என்று சொல்வதில் கைதேர்ந்தவன். பறவைகளைப் பார்வையிட வரும் பார்வையாளர்கள் பறவை தொடர்பாகக் கேட்கும் வினாக்களுக்குச் சட்டென்று பதில் சொல்வான்.

ஆண்டுதோறும் ஒரு லட்சத்துக்கும் அதிகமாக 45 வகைகளுக்கு மேலாக வெளிநாட்டு / உள்நாட்டுப் பறவைகள் வந்து செல்லும். குளம் அமைந்த ஊரிலுள்ள மரங்களில் கூடு கட்டிக் குஞ்சு பொரித்து வசிக்கும். பறவைகளுக்கு எவ்வித இடையூறும் வந்து விடக்கூடாது எனக் கவனமுடன் காத்து வருபவர்கள் கிராம மக்கள். தீபாவளித் திருநாளில் பட்டாசுகள் வெடிக்கக் கூடாது. ஊருக்குள் வந்து செல்லும் வாகனங்கள் பெரிதாய்ப் புகை கக்கி விடக்கூடாது. இப்படியே ஒவ்வொரு ஊரும் இருந்தால் உலக வெப்பமயமாதல் தடுக்கப்பட்டு விடுமே என்று அவர்கள் பெருமையாகப் பேசிக் கொள்வது உண்டு.

பறவைகளின் எச்சங்கள் விளைநிலங்களுக்கு ஏற்ற உரங்கள். வீதி தோறும், வீடு தோறும், தோட்டங்கள் தோறும் இருக்கும் வேம்பு, புளியன், புங்கன், ஆயமரம் என அத்துணை மரங்களிலும் கூடுகள், பறவைகள், குஞ்சுகள் என இருந்து படபடத்துக் கொண்டு போடும் வெவ்வேறு வகையான கிரிச் ஒலிகள்.

காற்றடித்தாலோ மழை பெய்தாலோ கூடுகளிலிருக்கும் குஞ்சுகள் கீழே தரையில் ஆங்காங்கே விழ ஆரம்பிக்கும். விழுந்த குஞ்சுகளை எந்தத் தாய்ப் பறவையும் தூக்கிப் போய்க் காப்பாற்றப் போவதில்லை. முத்துப்பாண்டி தான் தாய்க்குத் தாயாய் பிரசன்னமாவான்.

ஓடிவந்த ஊர்மக்கள் தன் வீட்டருகில், தோட்டத்திற்குள், வீதியில் என்று ஆங்காங்கேயிருக்கும் மரங்களில் இருந்து வீழ்ந்து கொண்டிருக்கும் பறவைக்குஞ்சுகள் துடித்துத் துடித்து நடுங்குவதைப் பார்த்து அவைகளைப் பாதுகாக்கச் செய்யும் உதவிகளை முத்துப்பாண்டி எண்ணிப் பார்த்து நெகிழ்ந்து போவான்.

வன ஓய்வு விடுதிக்குள் இருக்கும் பெரிய கூண்டுக்குள் அத்தனை பறவைக் குஞ்சுகளையும் விட்ட பிறகுதான் மனசிற்குள் நிம்மதி சூழும்.

மெல்லிய தோலுடன் கூடிய பறவைக் குஞ்சுகள் எப்போது சிறகு முளைத்து, முற்றி சிறகு விரித்துப் பறக்கப் போகிறதோ!

அதுவரை அவைகளுக்கான உணவு நூற்றுக்கணக்கான பறவைக் குஞ்சுகளுக்கு, சந்தையிலிருந்து கிலோ கணக்கில் வாங்கி வரும் மீன்கள். ஆவ்ஆவ்வென்று தன் முன்னே காட்டிய மீன்களை லபக்கிக் கொள்ளும் லாவகம். எல்லாம் பார்க்கப் பார்க்க முத்துப்பாண்டியின் மனசு துள்ளும்.

இப்படித்தான் மூன்று செங்கால் நாரைக் குஞ்சுகள் இருந்ததையும் அவற்றில் ஒரு குஞ்சு கீழே விழுந்ததில் கால் ஒடிந்ததையும் மரத்தில் உள்ள குஞ்சுகளுக்குத் தாய்ப் பறவை மீன் கொடுக்கும் சமயம் தவறிச் சில மீன்கள் கீழே விழுந்ததையும், கொக்கும், வக்கா கோழியும் கீழே விழுந்த மீன்களைப் போட்டி போட்டுக் கொண்டு பொறுக்கித் தின்றதையும் இரண்டு செங்கால் நாரைக் குஞ்சுகள் தாய்ப் பறவையிட மிருந்து பெற்ற மீன்களைத் தின்றதும், ஆனால் கீழே விழுந்து கால் ஒடிந்த நொண்டிக் குஞ்சு, மீன்களைப் பொறுக்கித் தின்னும் கொக்கோடும் வக்காக் கோழியோடும் போட்டி போட முடியாமலும் மீன்களைப் பொறுக்கித் தின்னவும் இயலாத சூழ்நிலையையும் கண்ட முத்துப்பாண்டியின் மனதிற்குள் ஆழமான வடுவை ஏற்படுத்தி விட்டன. பறவைகள் மீது மாறா அன்பு கொண்டதற்கு இதுதான் காரணம்.

எந்த ஒரு பறவையும் நோய்வாய்ப்பட்டிருந்தால் சிகிச்சை யளிப்பதும், குளிப்பாட்டுவதும், தனக்கு முன்னால் நடந்தோ பறந்தோ செல்லும் பறவை புதிய ரூபத்தில் இருப்பதாகத் தெரிந்தால் அதன் பின்னாலேயே ஓடியும் அலைந்தும் இனம் கண்டு கொள்வதும் என எத்துணை எத்துணை பணிகளுக்குள் தன்னைப் பதித்துக் கொண்டிருக் கிறான்.

உள் நாட்டுப் பறவைகளா... நீர்க்காகம், உண்ணிக்கொக்கு, கூழைக்கடா, செவ்வா நாரை, பாம்புத் தாரா என்று சொல்லி குளத்திற்குப் பறவைகளைக் காண வரும் பார்வையாளர்களை வியக்க வைப்பான்.

வெளிநாட்டுப் பறவைகளா... பார்ஹெட்டடுக்கூஸ், பின்டெயில், கிரின் ஷங்க், லார்ச் ஃபிளமிங்கோ, காமன் ஷன்ட் பைப்பர் என ஆங்கிலப் பெயர்களாகச் சொல்லி மேலும் வியக்க வைப்பான்.

மெல்லிய தோலுடன் மெதுவாய் மிக மெதுவாய், எட்டிப் பார்க்கும் சின்னஞ்சிறு சிறகுகளோடு இருக்கும் குஞ்சுகளைப் பார்க்கும் போதே இது இன்ன பறவை என்று இனம் கண்டு கொள்வான்.

புக்கு புக்கு என்று ஒலி கொடுக்கும் கூழைக்கடா... ஆ ஊ ஆ ஊ என்று வாயைப் பிளந்த படி ஓடி வரும் நாரைக் குஞ்சுகள், கிக்கிக்கூகியூ, கிக்கிக்கியூ, கிக்கிக்கியூ என்று கத்திக் கொண்டே ஓடி வரும் ஆள்காட்டி பறவைக் குஞ்சுகள்...

இவைகளையெல்லாம் பார்க்கும் போது முத்துப்பாண்டியின் மனசு துள்ளும். தொடர்ந்து தனது முதல் மனைவி வள்ளிக் கண்ணுவின் நினைவு வந்து மனசைச் சிதைக்கும்.

பறவைக் குஞ்சுகளின் எச்சத்தையும் மூத்திரவாசத்தையும் கழுவிச் சுத்தம் பண்ணி எவ்வளவு நேர்த்தியாய்க் குஞ்சுகளின் இருப்பிடத்தை வைத்திருப்பாள்! குஞ்சுகளுக்கு மீன் வாங்கிக் கொடுத்தே ஆகவேண்டும். மேலிடத்திலிருந்தும் காசு முழுசாய்க் கிடைக்காத சூழல், பறவைக் குஞ்சுகளை இதற்காகப் பட்டினி போட முடியுமா? வள்ளிக் கண்ணுவின் நகைகள்தான் மீன் வாங்கக் கை கொடுக்கும். அவள்தான் தன்னை விட்டுச் சொர்க்கம் போய் விட்டாளே.

நெஞ்சுக் கூட்டிற்குள் முட்களாய்த் தைக்கும் வேதனை. தவிப்பின் உச்சம்!

பறவைகள், குஞ்சுகள் என்று பேச்செடுத்தாலே சண்டைக்கு வருபவள் சோலையம்மா.

'இதெ பாரய்யா... நீயாச்சு உன்னொட பறவைகளுமாச்சு... என்னெ ஆளெ விடு... நா சத்துணவு ஆயா தெனமு நூறு புள்ளைகளுக்குச் சோறு செஞ்சு போட்டிட்டிருக்கேன். பறவைக எச்சத்தெ வழிக்கிறது. மீனு வாங்கிப் போடறதுங்கறது எனக்குத் தோதுபடாது. உம்புள்ளைங்களெ காப்பாத்திட்டிருக்கெ... அது வரைக்கும் சந்தோஷப்படு...' என்று பிலாக்கணம் பாடுவாள்.

வள்ளிக் கண்ணு போய் விட்டாளே என்ற வேதனையை விட இருக்கிற சோலையம்மா சோதனையையல்லவா கொடுத்துக் கொண்டிருக்கிறாள்.

எத்தனை கூட்டங்களில் எத்தனை பேர் பாராட்டிப் பேசியிருப் பார்கள் எத்தனை விருதுகளைக் கொடுத்திருப்பார்கள்... கொடுக் கிறார்கள். எத்தனை எத்தனை பொன்னாடை போர்த்தியிருப்பார்கள்... போர்த்துகிறார்கள். பறவையினங்களுக்குச் செய்கிற சேவைக்காகத் தானே. அது குறித்து சோலையம்மா என்ன நினைக்கிறாள் என்று தெரியாமல் தவிப்பான் முத்துப்பாண்டி! புருஷனுக்குக் கிடைக்கும் புகழில் இவள் மகிழ்வு கொள்வதில்லையா?

ஒரு வாரம் கடந்து விட்டிருந்தது. இந்த ஒரு வாரமும் வன ஓய்வு விடுதி வளாகத்தில் உள்ள சிறிய அறையிலேயே தங்கிக் கொண்டு இருந்தான். பறவைக் கணக்கெடுப்பு வேலை ஒருவாறு முடிந்திருந்தது. உடலெங்கும் ஏற்படும் நமைச்சலுக்குத் தேங்காய் எண்ணெய் தடவிக் கொள்பவன் மருத்துவர் கொடுத்த மாத்திரைகளை உட்கொள்ளத் தவறுவதில்லை.

வள்ளிக்கண்ணுவாக இருந்தால் முத்துப்பாண்டியின் மேனி எங்கும் தேங்காய் எண்ணெய்த் தடவி விட்டிருப்பாள். வெளியே கடையில் சாப்பிடுகிற சூழ்நிலையைத் தடுத்திருப்பாள். குளத்து மேட்டிற்கே வந்து முத்துப்பாண்டி பறவைகள் கணக்கெடுப்பதற்குப் படுகிற கஷ்டத்தைப் பார்த்துக் கண்ணீர் சிந்தியிருப்பாள்.

வன ஓய்வு விடுதியில் உள்ள கூண்டில் விடப்பட்ட குஞ்சுகள் கிலோ கணக்கில் மீன்களை விழுங்கி உயிர் வாழ்ந்து முளைத்து முற்றிய சிறகுகளை விரித்துப் பறவைகளாய்ப் பறந்து போன பின்புதானே... குளத்துப் பறவைகளின் கணக்கெடுப்புத் தொடங்கி முடித்திருக்கிறது.

ஒருநாள் முழுக்க சிந்தித்தவாறே இருந்தான். வீட்டிற்குப் போகலாமா, எப்படிப் போவது?. மாலையிட்டு வரவேற்கவா போகிறாள் சோலையம்மா என்ற மாலையிட்ட மங்கை.

'கிட்டெ வராதே சூர நாத்தமடிக்குது. அலமாரியிலெ வச்சிருந்ததெல்லாம் எங்கே...?' என்று அவள் ருத்ரதாண்டவம் ஆடுவாள்.

வேண்டாம்... இப்போது போகவேண்டாம். கால் விரல்களுக் கிடையில் அதிகம் நமைச்சல் எடுத்தது. தேங்காய் எண்ணெய் தடவியும் நின்றபாடில்லை. மருத்துவரிடம் காட்டி ஊசி போட்டுக் கொள்ள வேண்டும். அறையை விட்டு வெளியே வந்தான். வெயில் சுட்டெரித்துக் கொண்டிருந்தது.

மாலை நேரம். அருகில் உள்ள நகரின் பேருந்து நிலையம்...

"என்ன அண்ணி பார்த்து வாரமாச்சு... என்ன கையிலெ பெரிய பை... துணிக்கடைக்குப் போயிட்டு வரியா..." தன்னுடைய ஊர் நோக்கிப் போகும் பேருந்தில் ஏறியவளைப் பார்த்துப் பேருந்திற்குள் உட்கார்ந்திருந்த பேச்சி ஆவல் பொங்கக் கேட்டாள். பேச்சி கிளை அஞ்சலத்தில் வேலை செய்பவள். நீண்ட நாட்களாய்ச் சிநேகிதிகளாய் இருப்பவர்கள்.

"உங்கண்ணன்தான்..." என்று நிறுத்தினாள் சோலையம்மாள். உறவுமுறை போட்டுப் பேசிக் கொள்பவர்கள்.

“அவுரு செய்யற வேலைகளெப் பாராட்டி விருதுக குடுப்பாங்கள்ளொ, சென்னையில, மதுரையிலெ, கோவையிலெ, கேரளாவுலெ, திருநெல்வேலிலென்னு தன்னார்வத் தொண்டு நிறுவனங்க, சுற்றுச் சூழல் மேம்பாட்டு நிறுவனங்கன்னு அவங்கெல்லாம் விருதுக குடுத்தாங்க இல்லியா அதெ இவரு என்ன பண்ணினார்னு தெரியுமா...?” என்று சொல்லிப் பேச்சை நிறுத்தினாள். தன் கைப்பைக்குள்ளிருந்து ஒரு காகிதத்தை எடுத்தாள்.

“பாரு பேச்சி... வெள்ளிக்குத்து விளக்கு, உலக உருண்டை மேலே சிறகு விரிச்சுப் பறக்கிற பறவை, இதோ பேரு என்னன்னு தெரியலெ நீளமா மூக்கோட ஒத்தக் கால்லெ நிற்கிற பறவை, உங்கண்ணனே ஒரு பறவையத் தாவி எடுத்துட்டு வர்ற மாதிரி ஒரு சிலை. எல்லாமெ ஐம்பொன்னால் செஞ்ச சிலைக. இன்னும் பித்தளையிலெ செஞ்ச பெரிய பெரிய சிலைக, கேமரான்னு எல்லாத்தையும் கொண்டு போய்ச் சேட்டுகிட்டே அடகு வெச்சுப் பணம் வாங்கியிருக்கிறாரு. எனக்கு இது தெரியல. ஒவ்வொரு நாளும் அலமாரியிலே வரிசையா வெச்சிருக்கிற அவருக்குக் குடுத்த விருதுகளே பார்த்துட்டுப் பெருமையோடெ இருப்பேன்... ஆனா கொஞ்சநாளா வேலெ வேலென்னு நேரத்துலெயே ஸ்கூலுக்குப் போறதாப் போச்சு... ஒன்னையும் காணோம்னு பார்த்தா இதுகளெ அடகு வெச்ச ரசீது இருந்துச்சு... நல்லவேள சேட்டு எனக்கும் தெரிஞ்சவனாயிருந்ததாலெ மொணகிக்கிட்டே குடுத்துட்டான். இப்பொ அடகிலிருந்து மீட்டுட்டு வர்றேன்.” என்று சொல்லிப் பையைத் திறந்து காட்டினாள்.

“பறவைக் குஞ்சுகளுக்கு மீன் வாங்கறதுக்குக் காசு இல்லைன்னு சொல்லி இதுகளெ அடகு வெச்சுப் பணம் வாங்கியிருக்கார்... பறவை மனிதன்னு பேரெடுத்த உங்க அண்ணனுக்கு வேறு எந்தக் கெட்டப் பழக்கமுமில்லெ... வேறு எந்தச் செலவும் செய்து பழக்கமில்லெ... எனக்கு நல்லாத் தெரியும்” என்று சொல்லிக் கொண்டே பேருந்து நிற்பதைப் பார்த்துத் தன் ஊர் வந்து விட்டதையறிந்தவாறே இறங்கி நடக்க ஆரம்பித்தார்கள். பெரியதான பைக்குள்ளே இருக்கும் விருதுகளோடு...

நன்றி

அகில இந்திய வானொலி புதுடெல்லி.

கணையாழி - ஜூலை 2016

அம்மா

வாயிலில் நுழைந்ததுமே வரவேற்பு அறை. அதுவே, இல்லப் பொறுப்பாளரின் அறையுமாக இருந்தது.

அங்கிருந்த நாளிதழ்களில் ஒன்றைப் புரட்டிய வண்ணம் இல்லப் பொறுப்பாளரை எதிர்பார்த்தவாறே உட்கார்ந்து கொண்டிருக்கிறான் உதயகுமார்.

"உள்ளே பிரார்த்தனை மண்டபத்துல பிரேயர் நடந்துகிட்டிருக்கு... அரை மணி நேரமாகும். அது முடிந்த பின்னால நா போய்ச் சொல்றேன், பேரென்ன சொன்னீங்க?" - வெளியே வந்த இல்ல பொறுப்பாளர் கேட்கிறார்.

"கிருஷ்ணவேணி. கிருஷ்ணவேணி டீச்சர்"

"ஆமா உங்க அம்மா தானே... ஒரு வாரத்துக்கு முன்னால இங்கு வந்து சேர்ந்தாங்க." அரைமணி நேரம் கழித்து... இல்லப் பொறுப்பாளர் அனுப்பிய பையன் அவரிடம் வந்து ஏதோ சொல்கிறான். அந்தப் பையன் அவரிடம் சொல்லும் போதே முகத்தில் நெற்றிச் சுருக்கலும் உதட்டுப் பிதுக்கலும் ஆன மாற்றத்தைப் பார்த்த உதயகுமார், புரிந்தும் புரியாதது போல நாளிதழ்களைப் புரட்டிக் கொண்டிருந்தவன் தலை நிமிர்கிறான்.

"அம்மா, உங்களப் பார்க்கப் பிரியமில்லையாம்" என்று பொறுப்பாளர் சொல்லும்போதே உதயகுமாரிடமிருக்கும் அலைபேசி அழைக்கிறது.

"சார்! தொண்டாமுத்தூர் பக்கம் ரெண்டு யானைக் காட்டை விட்டு வெளியே வந்து கரும்புக்காட்டுக்குள்ளே நொழஞ்சிட்டுப் பெரிய ரவுசு பண்ணீட்டிருக்குது. ஜனங்க ஒரே வட்டமா நின்னு ஆர்ப்பாட்டம் பண்ணிட்டிருக்காங்க... நீங்க வரணும்."

விவரம் முழுவதும் தெரிந்து கொண்டவன். "இதோ வந்துர்றேன்" என்று சொல்லியவாறே மோட்டார் சைக்கிளை எடுக்கச் சென்றான்.

'இது ஒரு தொல்லையா போச்சு! இந்தக் கெழவி இங்கே வந்து உட்கார்ந்துட்டு பெத்த பையனையே இல்லீன்னு சொல்றாளே! ஒரு வாரமா இந்தம்மாவத் தேடிக் கண்டு பிடிக்கிறதுக்குள்ள... போதும்ன்னு போவுது. சம்பூர்ணாக்கா சொல்லாமல் இருந்தா இன்னும்

கண்டுபிடிச்சிருக்க முடியாது. இப்பிடி அடம் புடுச்சிட்டுருக்கிறதால என்ன சாதிக்கப் போறா. எங்கப்பன், நான் மூன்று வருஷக் கொழந்தையா இருக்கிறபோதே உட்டுப்போட்டுப் போயிட்டாரு. மருமகளையும் பேத்தியையும் அனுசரிச்சுப்போகத் தெரியல. பொண்ணு படிப்புக் கெடும்ன்னு சொல்லித்தானே குடும்பத்த ஒரே எடத்திலெ வெச்சுருக்கிறேன். வேலையில எங்கெ மாத்தறாங்களோ அங்கே போய் ஜாயின்ட் பண்ணி வேலை செஞ்சுட்டிருக்கேன். நிம்மதியாவே இருக்க முடியலையே, இந்த யானைங்க தொல்லை வேற' என்று கனத்த நெஞ்சோடு கண்களில் கண்ணீர் திரண்டு நிற்க, மோட்டார் சைக்கிளை செல்பேசியில் குறிப்பிட்ட இடம் நோக்கிச் செலுத்தினான்.

***

கரும்புக்காட்டைச் சுற்றிலும் பெருங்கூட்டம். உதயகுமாரைக் கண்டதும் வனப்பணியாளர்கள் அருகே ஓடி வந்து சல்யூட் அடித்தனர்.

“சார்! ஊருக்கு வெளியே புத்தூர்ப்பாலத்துப் பக்கம் யானைங்க நின்னுட்டிருக்கிறதப் பார்த்திருக்கிறாங்க. அப்படியே தண்ணியில்லாத ஆத்து வழியே வந்து கரும்புக் காட்டுக்குள்ளே பூந்துருக்குதுக”.

உதயகுமார் தன் பணியாளர்களிடம் எல்லாவற்றையும் கேட்டறிந்தவன், பட்டாசுக் கட்டுகள் இருப்பு விவரமும் தெரிந்து கொண்டான்.

“ரெண்டு யானைங்க சார்! காலங்காத்தால தெனமநல்லூருக்குப் போயிட்டிருக்கும் நா எதேச்சையா பள்ளத்தில நின்னுட்டிருக்கிறதப் பார்த்தேன்...” என்று சொல்லியவாறே முன்னால் வந்து நின்றான் ஒரு இளைஞன்.

“சார்! தாயும் குட்டியுமாத் தெரியுது. பள்ளத்தில இருந்து மேலே ஏறி கரும்புக் காட்டுக்குள் நொழஞ்சிருக்குது.” என்றான் வாட்சர் சோம சுந்தரத்திடம்.

நான்கு ஏக்கர் பரப்புள்ள கரும்புக்காடு, கரும்புக்காட்டிற்குள் யானைங்க எந்த இடத்தில் நிற்கிறது என்றே தெரியவில்லை.

பட்டாசை வெடிக்கச் சொன்னான் வன அதிகாரி உதயகுமார். வெடிச்சத்தம் கேட்டுக்கூட யானைங்க எங்கே நிற்கிறது என்று அனுமானிக்க முடியவில்லை. மறுபடியும் மறுபடியும் பட்டாசின் வெடிச் சத்தமும், டமாரம் அடிக்கும் ஓசையும் எழுப்பப்பட்டுக் கொண்டே இருந்தது.

பகல் முழுவதும் கரும்புக் காட்டிற்குள்ளேயே இருந்த யானைகள் மாலை வந்து இருள் எட்டிப் பார்த்த நேரத்தில் கரும்புக்காட்டில் இருந்து வெளியேறி குப்பேபாளையம் காட்டிற்குள் சென்று விட்டது.

எல்லோரது மனதிலும் நிம்மதி சூழ்ந்திருந்தது. எப்படியோ அவை இருப்பிடத்திற்கே போய் விட்டதே!

***

கடந்த ஒரு வாரமாய் அம்மாவைத் தேடியலைந்து, உதயகுமார் அம்மா இருப்பிடம் தெரிந்ததோடு, இரண்டு நாட்களாய்க் காட்டி லிருந்து வெளியேறி திக்குத் தெரியாமல் அலைந்து கொண்டிருந்த தாய் யானையும் குட்டியும் காட்டிற்குள் போய்ச் சேர்ந்து கொண்டது, குறித்த சில நினைவுகளோடு சந்தோஷம் கொண்டிருந்தான். அம்மா இருக்கும் இடம் தெரிந்தது குறித்து மனைவிக்கும் தகவல் சொன்னான்.

உதயகுமாரின் அம்மா கிருஷ்ணவேணி ஆசிரியைப் பணியிலிருந்து ஓய்வு பெற்றவர். ஒரே மகன் உதயகுமார். கிருஷ்ணவேணியின் கணவன் கோபால கிருஷ்ணன். கருத்து வேறுபாட்டால் விட்டு விலகி வேறு ஒரு திருமணம் செய்து கொண்டவர். கிருஷ்ணவேணி மாநிறம் சராசரி உயரம், கச்சிதமான தேகம். பணிநிறைவு அடைந்த வயது எனினும் கன்னங்கள் அழகு ஊட்டுவதாய் இருந்தது. இத்தனை இருந்தும் மேற்பற்கள் இரண்டு முன்னால் துருத்திக் கொண்டிருந்தன. உற்றுப் பார்த்தால் தான் தெரியும். இலகுவாய் உதடுகளை மூடிக் கொள்ளலாம்.

"நீ சம்பாதிக்ற பணத்தைப் பார்த்துத்தான் உன்னக் கட்ன, பல்லைப் பாக்காமெ உட்டுட்டெ. டீச்சர் புருஷன்னோ... கிருஷ்ணவேணி புருஷன்னோ சொன்னா நல்லாயிருக்கு! ஆனா சிலபேர் பல்லா புருஷன்னு சொல்றாங்க." என்று அப்பாவின் வசை.

அனுதினமும் சண்டையும் வாக்குவாதமாயிருக்கும் நான்கு வருடங்கள் உருண்டோடியிருந்தன. இதற்கிடையில் தான் உதயகுமார் பிறந்திருந்தான். அவர்கள் இருவரும் பிரியும் போது உதயகுமார் மூன்று வயதுச் சிறுவன்.

உறவுக்காரப் பெண்மணி ஒருத்திதான் குழந்தையைப் பார்த்துக் கொண்டாள்.

பின்னர் தானே பள்ளிக்குச் செல்லும்போது குழந்தையைக் கூட்டிச் சென்று விடுவாள். நான்கு வயதுச் சிறுவன் உதயகுமார் துருதுரு என்று இருப்பான். மற்றவரின் கண், தன் குழந்தை மீது

பட்டு விடுமோ என்று அச்சம் கொள்வாள். வேறு பள்ளியில் சேர்க்காமல் தானே வேலை செய்யும் ஆரம்பப் பள்ளியில் முதல் வகுப்பில் சேர்ப்பதற்குத் தயார்படுத்தியிருந்தாள்.

புருஷன் தான் தன்னை ஏமாற்றிவிட்டு ஓடி விட்டான். தன் மகன் உதயகுமார் தன் கண் பார்வையிலேயே இருக்க வேண்டும் என்ற எண்ணமே எப்போதும் மேலோங்கியிருந்தது. உதயகுமார் பட்டப் படிப்பு முடித்ததும், தேர்வு எழுதி வனத்துறையில் வன அதிகாரி ஆனான். கிருஷ்ணவேணிக்கு தன் மகன் உதயகுமார் வன அதிகாரி ஆனதில் ஒரு பக்கம் மகிழ்ச்சி, இன்னொரு பக்கம் காடு, மேடெல்லாம் சுற்ற வேண்டும். வனவிலங்குகள் ஏதாவது தொல்லைபடுத்துமே என்ற கவலை மறுபுறம். கடவுள் நம்பிக்கையே அவளுள் பெரிய விருட்சமாய் இருந்து மனதில் பலத்தைச் சேர்த்திருந்தது.

***

உதயகுமார் திருமணத்திற்குப் பின் தான் தன் மருமகள் அமுதவல்லி, தன் கணவன் கோபால கிருஷ்ணனுக்குத் தூரத்து உறவு என்று தெரியவந்தது. தன் மாமியார் கிருஷ்ணவேணியோடு பேசும் போதே கோபமும் எகத்தாளமும் கொப்பளிக்கப் பேசுவாள்.

தன் கணவன் கோபாலகிருஷ்ணன் எப்படித் தன்னை 'பல்லா, பல்லா' என்று எண்ணி நகையாடிப் பிரிந்தே போனானோ அதே நிலைப்பாட்டில் நின்று அமுதவல்லியும் செய்வாள். நடக்கும் போதெல்லாம் 'பல்லா' என்று சொல்லியே பழிப்புக்காட்டினாள். அமுதவல்லி, தன் மகள் சுகப்பிரியாவையும் பாட்டி கிருஷ்ணவேணி யிடம் ஒட்டாதவாறு தன் பக்கமே வைத்துக் கொண்டாள்.

கிருஷ்ணவேணிக்கு கிடைக்கும் சொற்ப ஓய்வு ஊதியம், பிறர் கையை எதிர்ப்பாராமல் வாழ்க்கை நடத்தப் போதுமானது தான். தன் மகன் வீட்டிற்கு வரும்போதெல்லாம் மருமகளும் பேத்தியும் கொடுக்கிற தொல்லைகளையெல்லாம் என்ன சொல்லியும் கேட்ட பாடில்லை. 'நீ அனுசரித்துப் போயேன்' என்பான்.

தன் வாழ்க்கைக்கு அர்த்தம் சொல்ல வந்த மகனின் பேச்சும் செயலும் வேறு விதமாகவல்லவா இருக்கிறது. நினைக்கும் போதெல்லாம் கிருஷ்ணவேணி கீரைத்தண்டாய் துவண்டு போவாள். தன் பிறப்பை நினைத்தே வருத்தம் பெருகி தனியாய் அழுவாள். இந்த வாழ்க்கையை முடித்துக் கொள்ளலாமா என்ற வினா அடிக்கடி மனசுக்குள் எழுந்து எழுந்து அடங்கும்.

***

"ஐயா யானை குட்டியோட காட்டை உட்டுட்டு வெளியே பட்டாநெலத்ல இருக்ற கற்பூரக் காட்ல நிக்குதாம்..." வனக்காவலர் ராமசாமி பதற்றத்துடன் வந்து சொன்னான்.

உதயகுமார் சம்பவ இடத்திற்குப் போய்ச் சேர்ந்த போது யானைகள் நிற்கிற இடத்திலிருந்து முந்நூறு அடி தூரத்தில் கூட்டம் கூடியிருந்தது. பட்டாசு வெடித்து, டமாரம் அடித்தும் இருந்ததில் யானைகள் ஆக்ரோஷத்துடன் பிளிறியவாறு தாய் யானையும் குட்டியானையும் மெதுவாக நடந்து கொண்டிருந்தன.

குட்டியானை விலகி நடந்தால் தாய் யானை நெருங்கி வந்து குட்டியை உரசியவாறே செல்வதும் தாய் யானை விலகி நடந்தால் குட்டியானை தாய் யானை அருகில் போய் உரசிச்செல்வதுமாய் இருந்தன.

வேட்டைத் தடுப்புக் காவலர்களுக்கு வன அதிகாரி உதயகுமார் சில ஆலோசனைகளைச் சொல்கிறான். அதன்படியே கையில் பட்டாசு கட்டுகளுடன் அவர்கள் தயாராகிறார்கள். மறுபடியும் யானைகள் இச்சிக்குழி என்ற பகுதிக்குள் நுழைகின்றன.

இச்சிக்குழிக்குள் நுழைந்த யானைகள் மேலும் முன்னேறுகின்றன. தண்ணீர்க்கல், வேட்டைக்காரன் கோயில், வால்கரடு என்று ஒவ்வொரு இடமாய்க் கடந்து போய்க் கொண்டிருக்கின்றன.

வைதேகி பால்ஸ் போய்விட்டால் போதும் அங்கு அடர் வனமும் நீர்வீழ்ச்சியுமாய் இருப்பதால் யானைகள் அங்கிருந்து வெளியேறாது. எல்லோரது மனதிலும் இந்த எண்ணமே மேலோங்கியிருந்தது கடந்த மூன்று நாட்களாய் காட்டை விட்டு வெளியேறி வந்து அலைந்து கொண்டிருக்கின்றன.

வன அலுவலர்களுக்கு சலிப்பும் பொது மக்களுக்கு வெறுப்புமாய் யானைகள் பூச்சாண்டி காட்டிக் கொண்டிருந்தன.

***

உதயகுமார் அடிக்கடி தன் அம்மாவின் நினைவுகளோடு இருந்தான். யாரிடம் கோபித்துக் கொள்வது? மகனிடமும் மருமகள், பேத்தியிடமுமா, ச்சே! என்ன இது எப்பப்பாரு சண்டை போட்டுக் கொண்டு அம்மாவைப் பற்றிய நினைவுகள் வெறுப்பைப் பூசியதாகவே இருந்தது. தாய் யானையைப் பார்க்கும் போதெல்லாம் தன்னுடைய தாய் கிருஷ்ணவேணியின் நினைவே ஆக்கிரமித்திருந்தது.

இப்போது தாய் யானையும் குட்டியானையும் வால்கரடை விட்டு வெளியேறி அங்கிருந்த கல்லூரிக்குப் பின்புறமல்லவா வந்து நிற்கின்றன. தாய் யானை ஆக்ரோஷமாகப் பிளிறி ஆர்ப்பரிக்கிறதே. தாய் யானை பிளிறும் போதெல்லாம் குட்டியானை அதனருகே சென்று உரசியவாறு, இருக்கிறது. மறுபடியும் பட்டாசு வெடி டமாரச் சத்தம் எப்படியாவது வைதேகி நீர்வீழ்ச்சியருகே யானை களை முடுக்கி விட்டால் போதுமே. உதயகுமார் தன் பணியாளர் களிடம் சொல்லியவாறிருந்தான்.

ஆனால், யானைகள் காடு இருக்கும் திசையையே எட்டிப் பார்க்க மாட்டேன் என்கின்றன. சவக்காடு, வரமூங்கில்பள்ளம் என்று காட்டிற்கு வெளியே அருகில் உள்ள இடங்களிலல்லவா வலம் வருகின்றன.

***

காவிடியாத்தா கோயில்- மேட்டில் வன அலுவலர்களும் பொது மக்களுமாய் கூடியிருக்கிறார்கள். கீழே இருபதடிப் பள்ளத்தில் தாய் யானை படுத்துக் கிடக்கிறது. அருகில் குட்டி யானை படுத்துக்கிடக்கிற தாய் யானையின் வாலைப் பிடித்து இழுக்கிறது. தாய் யானையின் வயிற்றுப் பாகத்தில் குட்டியானை தன் தலையில் முட்டி அசைக்க முயற்சித்துக் கொண்டிருக்கிறது. மறுபடியும் தாய் யானையைச் சுற்றிச் சுற்றி வந்து பிளிறிய வண்ணம் குட்டியானை தன் தாய் யானையின் முகத்தோடு முகம் வைத்துப் பார்க்கிறது. தும்பிக்கையைப் பிடித்து அங்கேயும் இங்கேயும் ஆட்டிக்கொண்டே பிளிறுகிறது. என்ன செய்தும் தாய் யானை எழுந்து நிற்கிற நிலையில் இல்லை. குட்டியானையின் கண்களில் கண்ணீர் சுரந்து நிற்கிறது. இறந்து போன யானையை அடக்கம் செய்தாக வேண்டும் குட்டி யானையைத் தாய் யானையிடமிருந்து பிரித்தால் தானே முடியும்.

வன அதிகாரி உதயகுமார் உயர் அதிகாரிகளுக்கு நடந்த விஷயங்கள் அனைத்தையும் போனில் சொல்லிக் கொண்டிருக் கின்றான். கும்கி யானை... இறந்து போன தாயிடமிருந்து குட்டி யானையைப் பிரிப்பதற்காக வந்துகொண்டு இருக்கிறது.

கும்கி யானை பாரி, இறந்து விட்ட யானையையும் அருகில் கண்ணீருடன் தவித்துக்கொண்டிருக்கும் குட்டியானை தாய் யானையின் மீது தன் முகத்தை வைத்தும் தன் தும்பிக்கையால் தடவிக் கொண்டும் இருப்பதைப் பார்த்து ஒரு கணம் திகைத்துப் போய் நிற்கிறது.

கும்கியின் மீது அமர்ந்திருந்த பாகன் தன் கால் பெருவிரல்களால் குட்டியானையைத் தாயிடமிருந்து பிரிப்பதற்காகச் சமிக்ஞை செய்தும்

கும்கி பாரியும் கண்களில் அடர்த்தியாகிக் கொண்டிருக்கும் கண்ணீரோடு அசையாமல் நிற்கிறது.

மறுபடியும் பாகன் சமிக்ஞை செய்கிறான். கும்கி அதைப் பொருட்படுத்தாமல் பிளிறுகிறது. “என்ன செத்துப்போன யானையை அடக்கச் செய்யாமல் விட்டு விடலாம் என்கிறாயா? ஒன்னும் பேசாமல் இப்படி இருந்தால் எப்படி.” என்று சொல்லியவாறே மறுபடியும் தன் கால் பெருவிரல்களால் அழுத்தமாய் சமிக்ஞை செய்கிறான் பாகன்.

மறுபடியும் பாரியின் பிளிறல் குட்டியானையைப் பார்த்தவாறே அருகில் செல்கிறது.

செத்துக் கிடக்கும் தாய் யானையைப் பாரி தன் தும்பிக்கையால் பலம் கொண்ட மட்டும் நகர்த்துகிறது. இறந்து கிடக்கும் தாயின் உடல் மெதுவாக நகர நகர குட்டியானை தாயின் உடல் மீது விடாப்பிடியாக தன் முகத்தை வைத்தவாறே அதுவும் நகர்கிறது. மேட்டில் நின்று பார்த்துக் கொண்டிருப்பவர்கள் பரிதாபத்துடன் பார்த்துக் கொண்டிருக்கிறார்கள்.

“என்னெ மன்னிச்சிரு! உன் அம்மாவை அடக்கம் பண்ண வேண்டும் விலகு” என்பது போல் கண்ணீருடன் குட்டியானையைப் பாரி மெதுவாகத் தள்ளுகிறது, பிரம்மாண்டமாய் நிற்கிற பாரியின் தாக்குதலைத் தாங்கிக்கொள்ள முடியாமல் ஆக்ரோஷித்தவாறே, மிகப்பெரிய பிளிறலோடு தன் தாயின் உடலைப் பார்த்தவாறே வெளியேறுகிறது.

ஐந்தறிவு படைத்த யானைக்கே இவ்வளவு தாய்ப்பாசமா என்று தனக்குள்ளேயே வெட்கப்பட்டுக் கொண்டவன், எப்படியாவது சமாதானப்படுத்தி அம்மா கிருஷ்ணவேணியைத் தன் வீட்டிற்கு அழைத்து வந்து விட வேண்டும் என்று நினைத்தவாறே இருந்தான் உதயகுமார் கனத்துப் போன மனதுடன்.

விஜயபாரதம் தீபாவளி மலர் அக் - 2016

முற்பகல்

மைதானம் போல் இருந்த வீட்டு வாசல் எங்கும் கூட்டம் நிறைந்திருந்தது. யாரிடத்திலும் போய் யாரும் பேச முடியாத அளவுக்குத் துக்கம் சூழ்ந்திருந்தது. வீட்டுத் திண்ணையில் பெற்றவர்கள் இருவரும் சுருண்டு கிடந்தார்கள். ஒரு நீண்ட பெஞ்ச்சில் உடல் கிடத்தப்பட்டிருந்தது. புதிய வெள்ளைத்துணி போர்த்தப்பட்டு மஞ்சள் தெளிக்கப்பட்டிருந்தது. அப்போதுதான் பிணப் பரிசோதனைக்குப் பின் மருத்துவமனையிலிருந்து உடல் வந்திருந்ததால், பார்த்த மாத்திரத்தில் அழுகை வெடித்துச் சிதறிக் கொண்டு இருந்தது.

சுருண்டு கிடந்த பொன்னம்மாள் திடீரென்று எழுந்து "மலரு..." என்றவாறு, "பத்து மாசம் சுமந்து பெத்தேனே, இதுக்குத்தானா... எங்கண்ணு முன்னாலேயே போயிட்டயே... காப்பாத்த முடியலையே, நா ஒரு பாவி..."

"மலரு... மலர்க்கொடி...." என்று பிதற்றியவாறே இருந்த சிதம்பரமும் எழுந்து உட்கார எத்தனித்தான். மறுபடியும் தலை தலையாய் அடித்தவாறே படுத்தான்.

அங்கிருந்த உறவினர்களுக்கு, இவர்கள் இருவரும் கதறுவதைப் பார்த்து அவர்களும் அழுதார்கள் தவிரத் தேற்றி விடலாம் என்று துணிவே வரவில்லை.

"கோயில் குளத்துக்குப் போவாங்க, வருவாங்க. இவுங்க என்னடான்னா, மலைக்குள்ள இருக்கிற அருவிக்குக் குளிச்சுக் கும்மாளமடிக்கப் போனாங்க. சின்னப் பொண்ணையெல்லாம் கூட்டிட்டு அங்கெல்லாம் போகலாமா? அடர்ந்த காட்டுப் பகுதியிலே கொஞ்ச தூரம் ஒரு வாகனத்திலெ போயி, அப்புறம் கார், ஜீப்புன்னு போகாத இடம் அரைக் கிலோ மீட்டர் நடந்து போய்த்தான் அருவிய அடையணும். அப்புடிக் கஷ்டப்பட்டு அங்கெல்லாம் யாரு போகச் சொன்னது?"

கூட்டத்தில் ஓர் ஓரத்தில் நின்றிருந்த சரவணன் தேம்பித் தேம்பி அழுதவாறே அருகிலிருந்த தேவகியிடம் அவள் தோளைப் பிடித்த படியே சொல்லியவாறிருந்தான்.

தலையிலிருந்து பாதம் வரை இறுக்கமாக வெள்ளைத் துணியைப் போர்த்தியிருந்ததால், யாரும் முகத்தைப் பார்க்க முடியவில்லை. யாருக்கும் துணியை விலக்கிப் பார்க்கும் தைரியமும் வரவில்லை.

"சின்ன வயசிலேயே இந்தப் பொண்ணு இப்படிச் சாகணுமா?" ஒவ்வொருவரது மனசிலும் சோக அலைகள் தத்தளித்துக் கொண்டிருந்தன.

அங்கிருந்த எல்லோரது முகங்களும் அழுததால் வீங்கிப் போன கன்னங்களும், சிவந்திருந்த கண்களும் எனக் காட்சி தந்து கொண்டிருந்தன.

மலர்க்கொடிக்கு ஏழு வயது. உற்சாகம் ததும்பும் வண்ணம் பேசுவாள். பள்ளியை விட்டு வீட்டிற்கு வந்துவிட்டாலோ, கலகலப்பு நீக்கமற நிறைந்திருக்கும் வீடாய் மாறிவிடும். அப்பாவும், சித்தியும் இவள் மீது பாசமழை பொழிந்தால், இவள் பதிலுக்கு அவர்கள் கன்னங்களில் முத்த மழை பொழிவாள். யாரோடும் சண்டை போட மாட்டாள். பிடிவாதம் காட்டமாட்டாள். ஆனால், அவளைக் கோபப்படுத்தாமல் பார்த்துக்கொள்ள வேண்டும். கோபம் என்று வந்துவிட்டால், கையில் கிடைத்ததை எல்லாம் தூக்கி வீசி விடுவாள். பிறகு அழுகை வெடித்துச் சிதறும். இவளைத் தெரிந்தவர்கள் மிகக் கவனத்தோடு கோபப்பயிர் வளர்ந்து விடாமல் பார்த்துக் கொள்வார்கள். அண்ணன், தம்பி என இரண்டு குடும்பங்களுக்கும் மலர்க்கொடி ஒருத்திதான் வாரிசு. எல்லோருக்கும் செல்லம் இவள்தான்.

மருத்துவமனையிலிருந்து அப்படியே அடக்கம் செய்யும் இடத்திற்குக் கொண்டு சென்று விடலாம் என்ற எண்ணம்தான் இருந்தது. ஆனால், மலர்க்கொடி மீது பாசம் காட்டிய ஒத்த வயதுச் சிறுமிகள், அவள் குடியிருக்கும் வீதியில் உள்ளவர்கள் அனைவருமே இருக்கிறார்கள் அல்லவா! இத்தனைக்கும் மேல் 75 வயதுத் தாத்தா... எல்லோருமே அழுது அரற்றிக் கொண்டு இருக்கும்போது, இவர் மட்டுமே பிடித்து வைத்த பிள்ளையார் போல் முகத்தில் எந்தச் சலனமும் இல்லாமல் உட்கார்ந்து கொண்டிருக்கிறாரே, இவருக்காகவும் தான் மலர்க்கொடியின் உடலை இங்கே எடுத்து வந்தது.

ஆம்புலன்ஸ் தயாராக நின்று கொண்டிருந்தது. பத்துப் பதினைந்து நிமிடத்தில் மலர்க்கொடியைச் சுமந்தவாறு மலர் மாலைகள் சகிதம் புறப்பட்டு விடும்.

தாத்தா மாதையனையே எல்லோரும் வெறுப்போடு பார்த்துக் கொண்டிருக்கிறார்கள். என்ன மனுஷன் இவர்! தன் இரு மகன்களுக்கும் சேர்த்து ஒரு வாரிசுதான் இருந்தது. அதுவும் போய்ச் சேர்ந்தாச்சு. மலர்க்கொடி போன துக்கத்தையும் மீறித் தாத்தா மாதையன் 'பிருமத்தி' பிடித்தவர் போல் உட்கார்ந்து கொண்டிருந்தது புதியதொரு வருத்தத்தை ஏற்படுத்தியவாறிருந்தது.

"இவர் இப்படியிருப்பதற்கா ஆஸ்பத்திரியிலிருந்து நேரா அடக்கம் செய்யும் இடத்திற்குப் போகாமல் இங்கே கொண்டு வந்தோம்?" மறுபடியும் மறுபடியும் வெறுப்புக் கணைகள் வேகமெடுத்துக் கொண்டிருந்தன.

அருவிக்குப் போனவர்களில் சுதாவும் ஒருத்தி. அவள்தான் தேவகியிடம் ஏதேதோ சொல்லியவாறு அழுது கொண்டிருந்தாள்.

"மலர்க்கொடிதான் போலாம், போலாம்ன்னு சொல்லி அடம் புடிச்சுது. எல்லோரும் இவள் அடம்புடிக்கப் புடிக்க ஒத்துக் கொண்டார்கள். அவ உயிர் போறதுக்கு அவளே காரணமாயிட்டா. அருவிக்குப் போற வழியிலே ரெண்டு பக்கமும் அடர்ந்த காடு. எல்லோரும் களைப்புத் தீர ஜாலியாத்தான் பேசிக்கிட்டும், சிரிச்சுக்கிட்டும் போயிட்டிருந்தோம். இப்ப நினைச்சாலும் நெஞ்சு திக்திக்குன்னு அடிச்சுக்குது. எங்கிருந்துதா வந்ததோ யானை... காடே அதிர்ற மாதிரி பிளிறீட்டு... எல்லோரும் நாலா பக்கமும் சிதறி ஓடறாங்க... மலர்க்கொடி... ஐயோ, என்னத்தெச் சொல்றது... தும்பிக்கையிலெ வளச்சிடுச்சு. ஒண்ணும் பண்ண முடியலே. பெத்தவங்க கண்ணு முன்னாலேயே அடிச்சுப் போட்டுட்டுப் போயிடுச்சு. மக, அம்மா, அப்பான்னு கத்தீட்டே உயிரெ உட்டுட்டா. வேகமாப் போன யானையைப் பின்னாலே நின்னு பார்க்கத்தா முடிஞ்சுது" சுதா சொன்னதைக் கேட்டுத் தேவகி மாரில் அடித்துக் கொண்டு மீண்டும் மீண்டும் அழத் தொடங்கினாள்.

"இத்துணை சோகம் நடந்திருக்கு... இந்த மனுஷன் இடிச்ச புளி மாதிரி உட்கார்ந்திருப்பதைப் பாரு..." கோபம் தலைக்கேறி யிருந்தது தேவகிக்கு. பற்களை நறநறவென்று கடித்தாள். மாதை யனைப் பார்க்கப் பார்க்க அப்படியொரு சீற்றம்.

ஆம்புலன்ஸில் இன்னும் மலர்க்கொடியின் உடலை எடுத்துச் சென்று வைக்கவில்லை. அதற்கான ஏற்பாடுகள் நடந்து கொண்டி ருந்தன.

மாதையனுடைய தோட்டம் மலையடிவாரத்தை ஒட்டியே இருந்தது. செழிப்பான பூமி. பத்து ஏக்கர் வைத்துப் பண்ணையம் பண்ணுகிறவன் என்றும், பெரும் நிலக்கிழார் என்றும் மற்றவர்கள் சொல்வதைக் கேட்பதிலேயே ஒரு சுகம் இருந்தது.

முதலில் கமலவேணியைத் திருமணம் செய்த மாதையனுக்கு. ரொம்ப நாட்களாகக் குழந்தைப் பேறில்லாமல் போனது. வீட்டிலுள்ள பெரியவர்கள் கமலவேணியின் தங்கை மல்லிகாவை இரண்டாம் தாரமாக மணம் முடித்து வைத்தார்கள். என்ன அதிசயம் நடந்ததோ,

கமலவேணி கர்ப்பமானாள். கமலவேணிக்குக் குழந்தை பிறந்த சமயம், இரண்டாம் மனைவி மல்லிகாவும் கர்ப்பமாகி இருந்தாள். ஆனால், என்ன துரதிருஷ்டமோ தெரியவில்லை. மல்லிகாவுக்குப் பிரசவம் ஆகும்போது குளிர் வந்து ஜன்னி கண்டுவிட்டது. குழந்தையைப் பெற்றெடுத்தவள் ஜன்னியிலேயே இறந்து போனாள்.

இரண்டு மனைவிகள் பெற்றெடுத்ததும் ஆண் குழந்தைகள். கமலவேணியும், இரண்டு குழந்தைகளைப் பார்த்துக் கொண்டு இருந்தவளுக்கு மஞ்சள் காமாலை நோய் தாக்கி இறந்து போனாள். கமலவேணியின் அண்ணன் மாதையனின் தோட்டத்திற்கு வந்து, “இந்தக் காட்டிற்குள் எந்த வசதியும் இல்லாமல் பையன்களை வைத்துக் கொண்டு என்ன செய்வாய்? டவுனுக்குக் கூட்டிப் போய்ப் பசங்களைப் படிக்க வைக்கிறேன். நீ நேரம் கிடைக்கும் போதெல்லாம் பசங்களை வந்து பார்த்துப் போ” என்றான்.

மைத்துனன் சொன்னது சரியெனப் பட்டது. சரி என்று ஒத்துக் கொண்டான். மகன்கள் நன்கு படிக்கட்டும் என்ற எண்ணம் மேலோங்கியிருந்தது. மகன்களுக்கு ஆகும் படிப்புச் செலவும், உணவு வகையறாவுக்கெனவும் ஒரு கணிசமான தொகையைக் கொடுத்தான். மைத்துனனுக்கும் அது சரியெனப்பட்டது.

மாதையனின் தோட்டத்தில் வேலை பார்த்த ஆட்கள் கடும் உழைப்பாளிகள். அவர்களாலேயே விவசாயம் வெற்றிகரமாகப் போய்க் கொண்டிருந்தது.

பூமியெங்கும் கத்திரி, வெண்டை, கடலை, காலிபிளவர் என்று எங்குப் பார்த்தாலும் பசுமை போர்த்தியிருந்தது. ஒரு நாள் காலை தோட்டத்தைச் சுற்றிப் பார்த்து வந்தவன், வேலை செய்து கொண்டிருந்த ஆட்கள் ஓடி வந்து விபரம் சொன்னார்கள். எந்தப் பயிரையும் விட்டு வைக்கவில்லை. கடித்துக் குதறியிருந்தன. ஆங்காங்கே பள்ளங்கள் தோண்டியிருந்தன காட்டுப் பன்றிகள்.

“ஐயா, மருதாசலத்தைக் கூட்டிட்டு வர்றேன். அவன்தான் இதுக்கு ஒரு வழி சொல்வான்.”

மாதையன் கொஞ்சமும் எதிர்பார்க்கவில்லை. விளைநிலம் தேடிவரும் காட்டுப் பன்றிகள் ஆங்காங்கே வைக்கப்பட்டிருக்கும் அவுட்டுக்காயைக் கடித்தால் போதும், வாய் வெடித்துச் சிதறிப் போகும்.

இத்தனை நாளும் இப்படியில்லை. இப்போதெல்லாம் காட்டுப் பன்றிக் கறியைச் சுவைக்காமல் இருக்க முடியாது மாதையனுக்கு.

"வெள்ளாமைக்கு வெள்ளாமையையும் காப்பாற்றியாயிற்று" ஒரு நாள் போல் இன்னொரு நாள் இருக்காது என்பார்களே அதுதான் நடந்தது.

யானைக் கூட்டம். இத்தனை காலமும் இந்த யானைக் கூட்டத்தைப் பார்த்ததில்லை. யானைகளின் வழித்தடம் இங்கு இல்லை. வழிமாறி வந்துவிட்டன. அவற்றில் யானைக் குட்டியும் இருந்தது.

வழக்கம்போல் ஆங்காங்கே சிறிய உருண்டையாய்க் கிடந்த ஒன்றை யானைக்குட்டி தன் தும்பிக்கையால் எடுத்து வாயில் போட்டுக் கொண்டது. வாய்க்குள்ளேயே வெடித்து விட்டது. நடந்து கொண்டிருந்த தாய் யானை, தன் குட்டி எங்கே எனத் திரும்பிப் பார்த்தது. நின்று நிலை தடுமாறிக் கொண்டு இருந்த குட்டியை ஆதாரத்துடன் தன் தும்பிக்கையால் தடவியது.

எல்லாம் முடிந்து விட்டிருந்தது.

அவுட்டுக்காயை எடுத்துக் கடித்ததாலேயே வாய்வெடித்துச் சிதறிப் பற்கள் உடைந்து போய் இருக்கின்றன. தாடையில் துவாரம் விழுந்து குடிக்கும் தண்ணீர் துவாரம் வழியே வெளியே சிந்தி விட்டிருந்தது. தாங்க முடியாத வலியோடு பத்து நாட்கள் அங்குமிங்குமாய்த் திரிந்து, வழியில் குறுக்கிட்ட மரத்தில் முட்டிக் கொண்டு இறந்து போய்விட்டது. தாய் யானை, தன் முன்னாலேயே குட்டி இறந்து போவதைக் கண்டு வர்ணிக்க இயலாத அளவுக்கு எள்ளளவும் அடக்க முடியாத ஏக்கத்தோடு பிளிறியவாறே இருக்கிறது.

குட்டி யானையின் பிணப் பரிசோதனை அறிக்கை வந்த பிறகுதான் காட்டுப் பன்றிக்கு வைக்கப்பட்டது அவுட்டுக்காய் என்றும், இறந்து விட்ட காட்டுப் பன்றிகளின் எண்ணிக்கை கணக்கில் அடங்காதது என்றும், மேலும் சொன்னது ஓர் அறிக்கை.

பெரியதொரு வழக்கைச் சுமந்து கொண்டிருந்த மாதையனுக்கு நீதிமன்றம் சென்று வருவதற்கும், வழக்குரைஞர்களைச் சந்திப்பதற்குமே நேரம் சரியாக இருந்தது.

" இனி உங்களுக்கு விவசாயம் வேண்டாம்..." என்று மைத்துனன் சொல்லி வருவதை நினைத்துப் பார்த்த மாதையன், "பையன்களும் பெரியவர்களாகி விட்டார்கள்... வேலை வெட்டி என்று நல்ல வாழ்க்கைக்குப் பழக்கப் படுத்திக் கொண்டார்கள். இனி இங்கே வருவது ஏது?" என்று முடிவுக்கு வந்து விட்டார்.

இதோ, மைதானம் போல் இருந்த வீட்டு வாசல் முகப்பில் கிடத்தப்பட்டிருக்கிறதே, மலர்க்கொடியின் உடல். மாதையன் தன்

மகனான மலர்க்கொடியின் அப்பாவிற்கும், அவளது சித்தப்பாவுக்குமாய் வாங்கிக் கொடுத்த வீடுகளின் வாசல்தான் அந்த இடம். தோட்டத்தை விற்றுவிட்ட பிறகு இங்கே வந்து இருப்பதைத் தவிர வேறிடம் ஏது?

மலர்க்கொடி இறந்த துக்கத்தைவிட, தாத்தா மாதையன் இறுகிக் கிடக்கும் முகத்தோடு இருப்பது கண்டுதான் எல்லோரும் துக்கம் கொண்டிருந்தார்கள். தன் குடும்ப வாரிசு இறந்து போவது துக்கம் தரவில்லையா? தன் பேத்தி 'தாத்தா, தாத்தா' என்று வளைய வரவில்லையா? தோள் மீதும், மார் மீதும் ஏறிக் கொண்டு குறும்பு செய்யவில்லையா?

ஒவ்வொரு தடவையும் மலர்க்கொடியைப் பார்க்கும் தோறும் மழலைச் சொற்களைக் கேட்கும்போதும் தன் வாழ்க்கை நீள்வதற்கு இந்தப் பேத்திதான் காரணமோ என்றிருந்தவருக்குத் தன் முன்னால் சடலமாய்க் கிடக்கிறாளே...

மரங்களும், கட்டடங்களும் இருக்கின்றன என்றால், அவற்றின் நிழல் சூரியக் கதிர்களுக்கு ஏற்ப நீளும் அல்லது குறையுமே தவிர, வேறு எங்கும் ஓடி விடுமா என்ன?

ஆனால், மனிதர்களும் விலங்குகளும் எங்கு சென்றாலும் துரத்தித் துரத்தி வருகிறதே நிழல்!

எத்தனை ஆண்டுகள் கடந்து போய் இருந்தாலும், தன்னுடைய நிழல் தன்னைத் தானே துரத்தி வந்திருக்கிறது.

இதோ... மலர்க்கொடியின் உடலை ஆம்புலன்ஸில் ஏற்றப் போகிறார்கள். அழுகைச் சத்தம் அந்த இடத்தையே அதிர வைத்துக் கொண்டிருக்கிறது.

"மலர்க்கொடித் தங்கம்... என்று மலர்க்கொடித் தங்கம்..." யாருமே எதிர்பார்த்துக் கொண்டிராத நிலையில் தலை தலையாய் அடித்துக் கொண்டு எல்லோரது அழுகைச் சத்தத்தையும் மீறும் வண்ணம் தரையில் விழுந்து உரத்த குரலில் கதறி அழத் தொடங்கினார் தாத்தா மாதையன்.

ஓம் சக்தி - பிப் 2017

கனகா

“போகலாமா... நல்லா அப்பாவெப் புடுச்சிட்டியா...” மோட்டார் சைக்கிளைக் கிளப்புவதற்கு முன் மறுபடியும் கேட்டான் சீதாராமன். தன் அடிவயிற்றை இரண்டு கைகளாலும் வளைத்துப் பிடித்திருந்தாள் மகள் யாழ்ப்ரியா. ம்ம் என்று பின்சீட்டில் உட்கார்ந்திருந்த மகளைத் திரும்பாமலேயே வலது கையால் நன்றாக உட்கார்ந்திருக்கிறாளா என்று தொட்டுத் தடவிப் பார்த்தவன், திருப்தியடைந்தவனாய் மோட்டார் சைக்கிளைக் கிளப்பினான்.

“ஏப்பா இப்பவே என்னைக் கூட்டிட்டுப் போறே... எங்க மிஸ் வகுப்பு நடக்கும்போது யாரையும் உட மாட்டாங்க. யார் வந்து சொல்லிக் கூப்பிட்டாலும் உட மாட்டாங்க. நீங்க போலீசுங்கறதாலெ உட்டுட்டாங்க. உங்களெக் கண்டு பயந்துட்டாங்க” என்று தன் அப்பாவிடம் பேசிக்கொண்டே வந்தாள் பின்னால் உட்கார்ந் திருந்தவாறே...

யாழ்ப்ரியாவின் பள்ளியின் அருகில்தான் சீதாராமனின் வீடு இருந்தது. பள்ளியிலிருந்து 250 அடி தூரத்தில் பிரதானத் தார்ச்சாலை. அதைத் தாண்டி நேராகத் தார் போடாத மண்சாலை. அரை பர்லாங் தொலைவில் புதிதாய் முளைத்த நகர். அங்கொன்றும் இங்கொன்றுமாய் வீடுகள். சீதாராமன் வீட்டிற்குப் பக்கவாட்டில் இரண்டொரு வீடுகள் இருந்தன. எதிர் சைட் காலியாக இருந்தது. வெயில் காந்திக் கொண்டிருந்தது.

நகரின் மையப்பகுதியில் சீதாராமனின் வீடு. வீட்டிற்கு வந்ததும் வண்டியை நிறுத்தினான். பின்னால் உட்கார்ந்திருந்த யாழ்ப்பிரியாவை மெதுவாக இறங்கச் சொல்லி வண்டியில் உட்கார்ந்தவாறே பின்புறம் திரும்பி ஒரு கை பிடித்தான். இறங்கியதும் ஸ்டாண்ட் போட்டு நிறுத்தி விட்டுக் காம்பவுண்டு கேட்டைத் திறந்தான். யாழ்ப்ரியாவின் ஸ்கூல் பேக் அவனது தோளில்.

காம்பவுண்ட் சுவர் உள்ளே சிறியதாய் வாசல். வலது புறத்தில் மாடிப்படி... மொட்டை மாடி... வீட்டைத் திறந்தால் பெரிய ஹால்... வலதுபுறம் சமையலறை... ஒட்டிய படுக்கை அறை, சாமி அறை என்று கச்சிதமாக இருந்தது. காம்பவுண்ட் சுவரின் இரு பக்கங் களிலும் செடி கொடிகள் வளரும் வண்ணம் தோட்டத்தை உருவாக்க வேண்டும்.

தோட்டம் போடுவதற்கு என்னென்ன வேண்டும், சீதாராமனுக்கு எந்த அனுபவமும் இல்லை. சிந்தனையும் இல்லை. ஆனால், கனகாவிற்கு இருந்த விருப்பமே தலை தூக்கி நின்றது. தன் பெரியம்மா மகன் மணிகண்டன் பாரஸ்டராக இருக்கிறான். அவன்தான் எப்போது பார்த்தாலும் நாற்றங்கால், விதைகள், மரங்கள், பிளாண்டேஷன் என்று இடைவிடாமல் பேசிக் கொண்டிருப்பவன்.

‘ஏண்டா மணி... இந்த அக்காவைப் பார்க்க ஏதோ ஒரு நாள் வர்றெ, நீ எங்கிருக்கிறாய் என்று கூடத் தெரியலெ... நல்லாயிருக் கிறாயா...?’ போனில் முதலில் வராமல், இரண்டாவது முறையாகப் பேசும்போதுதான் போனில் வந்தான். விபரம் சொன்னாள்.

தேவையான செம்மண், மணல், எரு எல்லாம் சேகரித்து வைத்தாகி விட்டது. மணிகண்டனால் நியமிக்கப்பட்ட ஆள்தான் எல்லாம் செய்து கொண்டிருந்தான். மனோரஞ்சிதம், வாடாமல்லி, அடுக்குமல்லி, முல்லை, கனகாம்பரம், மாதுளம், சோற்றுக்கற்றாழை, ரோஜா, செண்பகம், மருதாணி என்று வகைவகையாய்ச் செடிகள், கொய்யா, கறிவேப்பிலை, சப்போட்டா, பப்பாளி என்று பார்க்கும்தோறும் அழகின் உச்சம்! செழிப்பின் அடையாளம்!

காலையில் எழுந்ததும் முதல் வேலையாகக் கனகா வாசல் தெளிக்கும்போதே அந்தச் செடிகளுக்குத் தண்ணீர் பாய்ச்சி விட்டுத்தான் மறுவேலை பார்ப்பாள். மூன்று ஆண்டுகளுக்கு முன் சீதாராமன் தன் வீட்டு மனையில் ஆழ்துளைக் கிணறு தோண்ட, அதிர்ஷ்ட வசமாய் இருநூறு அடி ஆழத்திலேயே தண்ணீர் குபுகுபுவென்று கொப்பளித்தது. கையோடு வீடும் கட்டி முடித்துக் குடிபெயர்ந்தும் விட்டான்.

கனகா எப்போதும் சுறுசுறுப்பாக இருப்பவள். தண்ணீர் வசதிதான் தோட்டம் போடுவதற்கான உந்து சக்தி.

சீதாராமனையும், யாழ்ப்பிரியாவையும் அனுப்பும்வரை அவர் களுக்கான பணியையே செய்து கொண்டிருப்பவள், அவர்கள் போனதும் வீட்டு முன்னால் இருக்கும் தோட்டத்தில் ஏதாவது ஒரு வேலையைச் செய்து கொண்டிருப்பாள். சிறுசிறு கற்கள் கிடந்தால் பொறுக்கி எறிவாள். இலை, தழை காய்ந்து சருகு ஆகும் நிலை தென்பட்டால் துடித்துப் போவாள். வளரும் செடிகளைப் பார்க்குந் தோறும் ஏற்படும் பரவசம், மனதிற்குள்ளேயே நீர் கொடுத்த பூமித்தாய்க்கு நன்றி சொல்வாள்.

“அப்பா, மூணு நாளா தண்ணி ஊத்தாம செடிகளெல்லாம் காஞ்சு போய்க் கிடக்குது... அம்மா ஊருக்குப் போகும்போது செடிகளுக்குத்

தண்ணி ஊத்தறதெ மறந்திடாதீங்கன்னு சொல்லித்தானேயிருந்தா. உங்களெத்தானே சத்தம் போடுவா" என்று சொன்னதோடு நிறுத்தாமல், தான் அணிந்திருந்த சீருடையைக் கழற்றிவிட்டு வேறு உடை போட்டு விடச் சொன்னாள் யாழ்ப்ரியா.

"அம்மா எப்பப்பா வருவா?" என்று கேட்டவாறே சீதாராமனின் கண்களையே உற்று பார்த்தவள், "என்னப்பா கண்ணு செவந்திருக்கு" என்று கேட்டவள், சீதாராமனின் பதிலைக்கூட எதிர்பாராமல், தொட்டியில் நிரம்பியிருந்த தண்ணீரைச் சிறிய சொம்பால் மோந்து மோந்து வந்து செடிகளுக்கு ஊற்றத் தொடங்கினாள்.

அப்பாவை அம்மா திட்டிவிடக் கூடாதாம். ஒன்றாம் வகுப்பு முடியப்போகிறது. இதுவரை ஊற்றிய தண்ணீர் போதாது என்று உற்று உற்றுப் பார்த்தவள், மறுபடியும் தண்ணீர் ஊற்ற ஆரம்பித்தாள். அம்மா வந்து பார்த்தான்னா சந்தோஷப்படுவா... கன்னத்தில் முத்தம் குடுப்பா.

கனகாவின் அக்கா பார்வதியின் கணவர் மருத்துவமனையில் நான்கைந்து மாதமாகச் சிகிச்சை பெற்று வந்தவர் மூன்று நாட்களுக்கு முன் சிகிச்சை பலனளிக்காமல் இறந்துவிட்டார். தன்னோடு பிறந்தவர்களில் பார்வதிதான் எல்லோருக்கும் மூத்தவள். அவள் கணவர்தான் இறந்து போயிருக்கிறார். காலையிலேயே இறப்புச் செய்தி வந்திருந்ததால் சீதாராமனும் கனகாவும் கிளம்பினார்கள். சீருடையோடு பள்ளிக்குப் புறப்படத் தயாராக இருந்தாள் யாழ்ப்ரியா.

"யாழை எதற்கு இழவு வீட்டிற்குக் கூட்டிப் போகணும்? அவள் ஸ்கூலுக்குப் போகட்டும்... நான் என் தங்கச்சியை இங்கு வரச்சொல்லி விடுகிறேன். அவ வந்துடுவா..."

"ஆமாம், அதுதான் சரி... நீங்க யாழ் ஸ்கூல் முடியதுக்குள் திரும்பி வந்து விடுவீர்களாம்... மச்சான் செத்துப் போயிட்டாரு... அக்காவாலே தாங்க முடியாது... அக்கா கூட நாலைஞ்சு நாள் இருந்துட்டு வர்றேன். நீங்க செடிகளெ மட்டும் காயாமெப் பார்த்துக்குங்க..." சொல்லச் சொல்லவே அழுகை.

"சரி சரி... பாத்துக்கிறேன். யாழை ஸ்கூல்லெ விட்டுட்டு வந்தர்றேன், போகலாம்."

முப்பது கிலோ மீட்டர் தொலைவில்தான் அக்கா வீடு இருந்தது. மருத்துவமனையிலிருந்து 'பாடி' அக்கா வீட்டிற்குச் சென்று விட்டதாகவும் தகவல். நீண்ட காலமாக மருத்துவமனையிலிருந்து சிகிச்சை பெற்றிருந்ததால் ரொம்ப நேரம் வீட்டில் 'பாடி'யை வைத்திருக்க மாட்டார்கள். கூடுதல் தகவலாக இருந்தது.

மோட்டார் சைக்கிளில் போகும்போதே கனகா பின் இருக்கையில் அமர்ந்து கொண்டு அழுதபடியே வந்தாள். இழவு வீட்டிற்கு நூறடி தொலைவிலேயே வண்டியை நிறுத்திக் கொண்டான் சீதாராமன். மோட்டார் சைக்கிள், மொபட், கார், சைக்கிள் என்று விதவிதமாக அங்கு நிறுத்தப்பட்டிருந்தன.

மோட்டார் சைக்கிளை விட்டு இறங்கியதுமே தன் சேலை முந்தானையை எடுத்து வாயை மூடியவாறே 'நான் வர எப்படியும் ஒரு வாரமாவது ஆகும். கருமாதிக்கு வேணும்னா யாழைக் கூப்டிட்டு வருவீங்களாம். செடிகளைக் காய விட்றாதீங்க' என்று அழுதவாறே சொன்னவள், தன் கணவன் வண்டியை நிறுத்திவிட்டு உடன் வரட்டும் என்றுகூடக் காத்திராமல் 'அக்கா' என்று பெருங்குரலெடுத்து அழுதவாறே சவம் வைக்கப்பட்டிருந்த இடம் நோக்கி விரைந்தாள்.

வெயில் கடுமையாக இருந்தது. எங்கும் மரங்களில்லாத புதிய நகர். இருக்கும் காலி மனைகளில் எல்லாம் கட்டடங்கள் எழும்பி விட்டால் அவற்றையொட்டி செடிகொடிகள், மரங்கள் என்று அடர்ந்து வெயிலின் தாக்கம் குறைவதற்கு ஏதுவாகப் போகும். சீதாராமன் மகள் யாழ் தண்ணீர் ஊற்றுவதையே பார்த்துக் கொண்டிருந்தான். அவன் முகம் இறுகிக் கிடந்தது.

"என்னெ பெரீம்மா ஊட்டுக்குக் கூட்டிட்டுப் போறேன்னெ... அங்கெயும் கூட்டிட்டுப் போகலே. பெரீம்மா ஊட்டுக்குப் போகலாமா..." என்று இழுத்தவள், "அம்மா எப்பப்பா வருவா?" என்று கேட்டாள்.

யாழ் பேசுவதைக் கேட்டும் கேட்காமலேயே செல்போனில் யாரிடமோ பேசிக் கொண்டிருந்தான்.

"ஆமா, ரைட்லெ திரும்புங்க... ரோட்டிலிருந்து கொஞ்ச தூரந்தா... சரி வந்தர்றீங்களா... நான் முன்னாலேயே நிற்கிறேன்---."

சற்றைக்கெல்லாம் வீட்டு வாசல் முன்னால் டெம்போ ஒன்று வந்து நின்றது. கம்பிகள், சாமியானாத்துணி, சிறிய கடப்பாரைக் கம்பிகள் சகிதம் வந்த இருவர் இறங்கி, இறக்கிக்கொண்டு இருந்தார்கள்.

மளமளவென்று வேலை நடந்து கொண்டு இருந்தது. நான்கு புறமும் சாமியானாத் துணியின் முனைகளில் பத்தடி நீளமுள்ள கம்புகளைப் பொருத்தி இணைத்துத் தூக்கி நிறுத்தினார்கள். சாமியானாத் துணியில் இணைத்திருந்த கயிறை நான்கு புறமும் அடித்திருந்த ஆணியில் சுற்றிக் கட்டினார்கள். இப்போது பந்தல் போல ஆனது சாமியானாத் துணி.

காந்திக் கொண்டிருந்த வெயில், சாமியானாப் பந்தலுக்குள் நுழைய முடியாமல் எங்கேயோ ஓடி ஒளிந்து கொண்டு இருந்தது. யாழ்ப்ரியா இதைப் பார்த்துக்கொண்டேயிருந்தவள் அப்பாவிடம் ஓடி வந்தாள்.

"ஏப்பா, செடிகளெல்லாம் வெயில்லெ காயுமேன்னு பந்தல் போட்டிருக்காங்களாப்பா...?" என்று செடிகள் பரவி நின்றிருந்த இடத்தைப் பார்த்துக்கொண்டே சொன்னாள். செடிகளின்மீது நிழல்கள் படர்ந்திருப்பதைப் பார்த்ததும் ஒரு பரவசம். செடிகள் இனி வாடாதுதானே... மனத்துள்ளல்!

"அம்மா எப்பப்பா வருவா... இந்த நிழலெப் பார்த்தா சந்தோஷப் படுவான்னுதானே பந்தல் போட்டே...."

செல்போன் ஒலித்தது.

"ம்ம் சரி..." என்று சொன்னதோடு நிறுத்திக்கொண்டான் சீதாராமன். சாமியானாவை எடுத்துக்கொண்டு வந்த டெம்போவே திரும்பிப் போய் பிளாஸ்டிக் சேர்களையும் எடுத்த வந்து இறக்கிக் கொண்டிருந்தது.

செல்போன் மறுபடியும் ஒலித்தது.

முன் ஹாலில் அங்கேயிருந்த பொருள்களையெல்லாம் வேறோரிடத்தில் வைத்துவிட்டு, தெற்கு வடக்கு முகமாக நீண்டதொரு மேஜை வைத்தாகிவிட்டது. தங்கச்சி ஏற்கனவே விளக்கில் திரிபோட்டு எண்ணெயை ஊற்றி வைத்துவிட்டு, அப்பா, அம்மாவைக் கூட்டிவரப் போயிருந்தாள். வந்து விடுவாள்.

வாசலின் ஓர் ஓரத்தில் பிளாஸ்டிக் சேர் ஒன்றை எடுத்துப்போட்டு உட்கார்ந்தான். கால்களின் இடையில் வந்துநின்றுகொண்டு யாழ்ப்ரியா "இந்தப் பிளாஸ்டிக் சேரெல்லாம் எதுக்குக் கொண்டுவந்து போடச் சொன்னே?" என்று இழுத்தவள்.

"அப்பா, அப்பா, அம்மா எப்பப்பா வருவா?" என்று சீதாராமனின் வயிறையும், தொடையையும் அடித்தவாறே கேட்டுக் கொண்டிருந்தாள்.

சீதாராமனின் முகம் இறுகிக் கிடந்தது.

"வந்துருவா..."

இப்போதும் போன் ஒலித்தது.

"அண்ணா, நீங்க சொல்லிய இடத்திலேயே..."

"சரி" போனை வைத்துவிட்டுத் திரும்பினான்.

அங்கே தார்ச்சாலையை விட்டுத் தன் வீட்டை நோக்கித் திரும்பிக் கொண்டிருந்தது ஆம்புலன்ஸ்!

பின்தொடர்ந்து ஐந்தாறு கார்கள், பைக்குகள்... அந்தப் புதிய நகரில் அங்கொன்றும் இங்கொன்றுமாய் உள்ள வீடுகளில் இருந்தவர்கள் உரத்த குரலில் ‘வந்தாச்சு’ என்றவாறே ஓடி வந்து குழுமினார்கள்.

ஆம்புலன்ஸ் நிறுத்தப்பட்டுக் கதவுகள் திறக்கும் முன்பே, பின்னால் வாகனங்களில் வந்தவர்கள் சித்திகள், மாமாக்கள் என்று உறவுகள் அனைவரும் யாழ்ப்ரியாவை அணைத்துக் கொண்டு பெருங்குரலெடுத்து அழத் தொடங்கினார்கள். யாழ்ப்ரியா ஒன்றுமே புரியாத நிலையில் அவளும் அழத் தொடங்கினாள்.

ஆம்புலன்ஸிலிருந்து இறக்கப்பட்ட ஐஸ்பெட்டியை நான்கைந்து பேர் சேர்ந்து தூக்கி வந்தார்கள். கண்ணாடி அமைப்புடன் கூடிய ஐஸ் பெட்டிக்குள் மாலை சகிதம் படுக்க வைக்கப்பட்டிருந்தாள் கனகா! நெற்றி நிறையத் திருநீறும் சந்தனமும்.

முன் ஹாலில் இருந்த மேஜையின்மீது ஐஸ் பெட்டியை வைத்தார்கள். சித்தி ஒருத்தி யாழ் ப்ரியாவைத் தூக்கிக்கொண்டு வந்து “அம்மாவப் பாரடா கண்ணு... நம்மையெல்லாம் உட்டுட்டுப் போயிட்டா” என்றாள்.

இதுவரை புரிந்தும் புரியாமலும் இருந்தவள், சித்தியின் இடுப்பிலிருந்து கீழே இறங்கி, கண்ணாடிப் பெட்டியை ஓங்கி ஓங்கி அறைந்து கொண்டே, “அம்மா... அம்மா... ஏம்மா உள்ளே படுத்திருக்கிறே? ஏம்மா ஏந்திரிச்சு வா...” என்றவாறே சொல்லி அழுதது அங்கிருந்த எல்லோரையும் பெருங்குரலெடுத்து அழவைத்த பரிதாபம்!

வாசலில் இருந்த பிளாஸ்டிக் சேர்களில் ஒன்றில் உட்கார்ந்திருந்த சீதாராமன் தோளில் போட்டிருந்த துண்டின் தலைப்பால் வாயை மூடிக்கொண்டு தன்னை வந்து துக்கம் விசாரிக்கிறவர்களிடம் தேம்பி அழுதவாறு இருந்தான்.

பார்வதியக்கா கணவர் சவமாய்க் கிடப்பதைப் பார்த்ததும் கனகாவுக்கு எங்கிருந்துதான் அத்தனை ஆக்ரோஷம் வந்ததோ, “அக்கா... நீ என்ன பண்ணுவையக்கா... என்ன பண்ணுவேன்னு முடியெப் பிடிச்சு இழுத்தவள் அப்படியே மயங்கிச் சரிஞ்சுட்டா... தண்ணியெ எடுத்து மூஞ்சிலெ தெளிச்சுப் பார்த்தா மயக்கம் தெளியலே... பார்வதிக்கா புருஷன் செத்துப்போன துக்கம் ஒரு புறம்,

எல்லோரும் கனகாவுக்கு என்னாச்சு, என்னாச்சுன்னு துடிச்சுப் போயிருக்காங்க...” என்று சொல்லி நிறுத்திய மணிகண்டன், சீதாராமனைப் பார்த்தபடியே இருந்தான்.

“அதிகமா உணர்ச்சிவசப்பட்டிருக்காங்க. ரத்தக் கொதிப்புள்ளவர் களுக்கு இப்படி வர்றதுண்டு. மூளைக்குச் செல்லும் ரத்தக் குழாய் வெடிக்கும் நிலையிலிருக்கு. நாற்பத்தெட்டு மணி நேரத்திற்குப் பிறகுதான் எதுவும் சொல்ல முடியும். எங்க கையிலெ என்ன இருக்கு? எல்லாம் கடவுள் செயல்”ன்னு ஐ.சி.யூ.விலிருந்து வெளியே வந்த டாக்டர் சொல்லிவிட்டுப் போய்விட்டார்.

யாழ்ப்ரியா, சீதாராமனின் மடியில் உட்கார்ந்து அண்ணாந்து பார்த்தபடி, “ஏப்பா... அம்மா செத்துப் போயிட்டாளா? எனக்கு முத்தம் கொடுக்க வரமாட்டாளா?” என்று கேட்டவாறேயிருந்தது பரிதாபமாக இருந்தது.

“கனகாவோட அக்கா வீட்டுக்காரர் என் பெரிய சகலை இறந்துட்டார்ன்னு போனோம். போன இடத்திலெ இப்படி ஆகிவிட்டது. கனகா நல்லாத்தா இருந்தா. ஒரு நாளும் சோர்ந்து உட்கார்ந்ததில்லெ... வீட்டுத்தோட்டம் போடறேன்னு சொல்லி எத்தனை பாடுபட்டா...” என்று அழுது கொண்டே தன் மனைவி பற்றித் துக்கம் விசாரிக்க வந்த தன் சகாக்களிடம் சொல்லிக் கொண்டிருந்தான்.

“நா வர்றதுக்கு ஒரு வாரமாகும்... செடிகளெ வாட உட்றாதீங்கன்னு திரும்பத் திரும்பச் சொல்லீட்டே இருந்தா... அம்மா வந்தா உன்னெத் திட்டுவாளேன்னு யாழ்ப்ரியா தண்ணி ஊத்தி எப்படிப் பண்ணியிருக்கா பாருங்க...” என்று முன்னால் அமைந்திருந்த தோட்டத்தைப் பார்த்துச் சொன்னவன், “அவளுக்கு அம்மா செத்துப்போனாங்கற விபரம் இப்பத்தான் தெரியும்” என்றவாறு மேல் துண்டால் கண்களைத் துடைத்தவாறே சொன்னான் சீதாராமன்.

செடிகளிலும், செடிபடர்ந்து பதிந்து இருக்கும் இடங்களிலும் நீர் சொதும்பிப் போய் இருந்தது. நான்கு நாட்களுக்கு முன்பு மணிகண்டன் கொண்டு வந்து கொடுத்த தூதுவளை, வல்லாரை, கரிசலாங்கண்ணி, கீழாநெல்லி நாற்றுகள் இருந்த சிறிய சிறிய மண்தொட்டிகளின் மேல்பகுதியிலிருந்த சிறு துவாரங்களின் வழியாகத் தண்ணீர் வடிந்து கொண்டிருந்தது. ஆமாம்... கனகா இறந்து போனதில் துக்கம் தாளாமல், கண்ணீர் சிந்துகின்றனவோ.

கதையல்ல... வாழ்க்கை!

ஜன்னலுக்கு வெளியே தெரிந்த கட்டடத்தின் மேல் விளிம்பில் இரண்டு புறாக்கள் 'க்ருஊ, க்ருஊ' என்று கத்தியவாறே உட்கார்வதும், பத்துப் பதினைந்து அடி உயரம் சிறகடித்துக் கொண்டே எழுந்து வானில் பறப்பதுமாய் இருந்தன. கட்டடத்திற்குப் பின்னால் உயரமாய்த் தெரிந்த தென்னை மரங்களின் கீற்றுகள் அடர் பச்சையில் தலையை விரித்த வண்ணம் காற்றில் ஆட்டம் போட்டுக் கொண்டிருந்தன.

நாற்பது நாட்கள் இடைவெளிக்குப் பின் பார்த்துக் கொண்டிருக்கும் இந்தக் காட்சி, புதியதொரு பரவசத்தை ஏற்படுத்திக் கொண்டிருந்தது. இந்த இடைவெளியில் எத்தனை காரியங்கள் கடந்து போய்விட்டன. திரும்பவும் இந்த அறையில் வந்தமர்ந்து இப்படியொரு காட்சியைக் காண்பேனா என்றல்லவா இருந்தது.

ராம்நாராயணன் மனதில் ஆச்சரியமும் குதூகலமும் ஒன்று சேர்ந்திருந்தது. வயது எழுபதுக்கு மேல் ஆகிவிட்ட நிலையில், குடிபுகுந்த பிணியை விரட்டியடித்துவிட்ட விடுதிக் காப்பாளர் தெய்வமாகத் தெரிந்தார்.

புத்தகங்கள் படிப்பதும், தன் வயதினை ஒத்த தன்னைப்போல் உள்ளவர்களோடு மனம் விட்டுப் பேசுவதும், விரும்பிய உணவை உண்டு மகிழ்வதுமாய் எத்தனை எத்தனை தருணங்கள்... 'சௌபர்ணிகா' முதியோர் இல்லத்திற்கு வந்து ஒரு வருடம் முடிந்திருந்தது.

திடீரென்று ஒரு நாள் இடதுபுற மார்பில் தாங்க முடியாத வலி. அவ்வளவுதான்.

மூன்று பிள்ளைகள் இருந்தும்... ராம்நாராயணனுக்கு அளவிடற்கரிய வருத்தம். ஒரு பிள்ளைதான் வீட்டை விட்டு ஓடிப்போய் விட்டானே! அதற்குத் தானும் உடந்தையாகி விட்டதாய் ராம் நாராயணன் நினைத்து நினைத்து நொந்து கொண்டு இருக்கிறார். நாட்கள் கடக்கக் கடக்க அவன்மீது பொங்கி வந்த பாசம்.

பத்து மாதம் பெத்த வயிறு பற்றி எரிகிறதே என்று தன் மகன் ராதாகிருஷ்ணன் போனதிலிருந்து வருந்தி வருந்தி ஒரு நாள் செத்துப் போய் விட்டாள் மனைவி ராஜலட்சுமி. ராம்நாராயணனுக்குத்

தன் மகன் ராதாகிருஷ்ணனையும், மனைவி ராஜலட்சுமியையும் நினைக்கும்போதெல்லாம் மனத்தவிப்பு.

சுப்பராசும், வெங்கடாசலமும் நல்ல பிள்ளையாகத்தான் இருந்தார்கள். வாழ்க்கைப்பட்டு வந்த மருமகள்கள் என்ன தூபம் போட்டார்களோ, சொத்தைப் பிரித்துக் கொடுக்க வேண்டுமாம். சரிபாதியாய் இரண்டு பங்காக இருக்க வேண்டுமாம். எல்லாம் தான் சம்பாதித்த சொத்து.

சைக்கிளில் சென்று பாத்திரங்களை விற்றுப் படிப்படியாய் முன்னேறி, பணிமனை வைத்து நிர்வாகம் செய்கிற அளவிற்கு ஆன பின்தான் பிரச்சனைகள் முளைத்திருக்கின்றன. மூன்று மகன்களும் படித்தவர்கள்தான். எதிலும் குறை வைக்கவில்லை. வயது முதிர்ச்சியால் உடல் தளர்ந்து கொண்டிருக்கிற நேரத்தில், "அப்பா, உங்களுக்கென்ன வேண்டும்... மாமா என்ன சாப்பிடுகிறீர்கள்... மாத்திரை போட்டுக் கொண்டீர்களா?" என்றெல்லாம் கேட்டுத் தன்னைப் பாசப்பெருக்கில் மிதக்க வைப்பார்கள் என்றெல்லவா நினைத்திருந்தார். எல்லாம் மாறிப் போய்விட்டதே!

இரண்டு பங்காய்ப் பிரிக்க வேண்டும் என்று சொல்லிக் கொண்டிருக்கிறார்களே, தங்களுக்கு முன்பாய்ப் பிறந்தவன் இருந்தானே, அவனுக்கும் சேர்த்தல்லவா பிரிக்க வேண்டும் மூன்று பங்காய். ராம்நாராயணின் மனது நினைக்கும்போதெல்லாம் நைந்து போகும்.

தன் பெயரில் தான் சம்பாதித்த சொத்துக்களைப் பிரித்துக் கொடுக்கும் அதிகாரம் தன் கையில் இருந்தும், தன்னைத் துன்புறுத்து கிறார்கள்.

"ராதாகிருஷ்ணன் வீட்டைவிட்டுப் போய் எத்தனை ஆண்டுகளாகி விட்டன. வரவா போகிறான்... அவன் போனபின்தான் உயிருக்குயிரான அம்மா துக்கம் தாளாமல் செத்துப் போனாள். இதையெல்லாம் நினைச்சுப் பார்க்காமல் அவனுக்கும் பங்கு வேண்டுமாம். என்ன மனுசன்" என்று தன் தந்தையை நினைக்கும் போதெல்லாம் சுப்புராசு விற்கும் வெங்கடாசலத்திற்கும் கோபம் பீரிட்டு வரும்.

கோபம் மறையாமல் வீட்டுக்கு வரும் போதெல்லாம் மேலும் சினம் கொள்ள வைக்கிறாற்போல அல்லவா அவர்களின் மனைவிமார் களின் பேச்சும்.

ஜன்னலுக்கு வெளியே பார்த்துக் கொண்டேயிருந்தார். ராம் நாராயணன். கட்டட உச்சியில் இருந்த புறாக்கள் எங்கேயோ காணாமல் போயிருந்தன. தென்னை மரக் கீற்றுகளின் சலசலப்பு நின்றபாடில்லை. வழக்கம்போல் தலைகளை ஆட்டிக் கொண்டிருந்தன.

அறையை நோட்டம் விட்டார். டேபிளின் மேல் வரிசை கட்டிக் கொண்டிருந்த மருந்து பாட்டில்கள், மாத்திரைகள்.

ஒருநாள்கூடத் தன்னைப் பெற்றவன் எங்கே இருக்கிறான் என்று தேடி வராத பிள்ளைகள். அது எப்படி வருவார்கள்?

பணிமனையே சொர்க்கம் என்று தன் மனைவி ராஜலட்சுமி போனபிறகு தங்கி விட்டிருந்ததை மறுபடியும் நினைத்துப் பார்த்தார் ராம்நாராயணன். வசதியாய்க் கட்டி வைத்த தன் வீட்டில் தனக்கான தன் அறையில் சுகமாய்த் தூங்கிக் கொண்டிராமல் இவர்கள் சுகமாய் இருக்கட்டும் என்று வசதி குறைவான, சுற்றிலும் இரும்புச் சாமான் களும், பாத்திரங்களும் அங்கங்கே கிடக்கும் வசதியே இல்லாத இடத்தில் அல்லவா தூங்கிக் கழிக்கிறார்.

ஒரு நாள் இப்படித்தான்... அரைத் தூக்கத்தில் இருந்தபோது யாரோ இருவர் பேசிக் கொண்டிருக்கிறார்கள்.

‘ஒயரைப் படுத்திருக்கிற கட்டிலில் இணைச்சுக் கரண்ட்டைக் கொடுத்துட்டாப் போதும். அப்படியே கரண்ட் பாஸாகி, தூங்கத் தூங்கச் செத்துப் போவான்.”

“ஆமாம்! காலைல நேரத்தில வந்து பார்த்துக் கட்டில்ல இணைச்சிருக்கிற ஒயரை எடுத்துட்டோம்னா எப்படிச் செத்தான்னு யாரும் கண்டுபிடிக்க முடியாது. மாரடைப்பு வந்து செத்துப் போயிட்டார்னு சொல்லிக்கலாம். சொத்து உன் பேரிலிருக்கிறதால் தானே இத்தனை ஆட்டம் போடறே. இனி நீ இருந்து எங்களுக்கு என்ன பிரயோஜனம். காணாமல் போன ஓடுகாலி அண்ணன்... அண்ணனாம் அண்ணன். அவன் செத்தானோ, பொழைச்சானோ... அவனோடயே இவனும் போகட்டும்.”

அவர்கள் இருவரும் பேசுவது தெளிவாகக் கேட்டது. ராம்நாராயணன் உடலெங்கும் குப்பென்று வியர்வை பூத்துக் கொண்டது. ‘பேசுவது தன் மகன்களா? ஆ...!’ என்று நினைக்க நினைக்க மார்பே அடைத்து விடும் போல் இருந்தது. மறுபடியும் காதைத் தீட்டிக் கொண்டிருந்தார்.

“அந்த மனுஷன் படுத்திருக்கிற இடத்துக்கும், சுவிட்ச் பாக்ஸ் இருக்கிற இடத்துக்கும் ஒயர் பத்தாது போல் இருக்கே... வீட்டில், நான் போய் எடுத்துட்டு வருகிறேன். நீ இங்கேயே இரு அரை மணி நேரத்தில் வந்து விடுகிறேன். இருக்கிற ஒயரைக் கட்டிலில் இணைச்சிடு” சுப்புராசு சொன்னான்.

"இல்லையில்லை, நானும் வருகிறேன். உனக்கு ஒயர் இருக்குமிடம் தெரியாது. சரியாக மூணு மணிக்குத்தான் இந்த மனுஷன் அசந்து தூங்குவான். இன்னும் ஒரு மணி நேரம் இருக்குதே. இப்போது போய்க் கட்டிலில் ஒயரைக் கட்டினோம்னா தெரிஞ்சு போய் முழிச்சாலும் முழிச்சிருவான். வா போகலாம். முழு நீளமான ஒயரை எடுத்து வந்துடலாம். வேற யாருக்கும் தெரியக்கூடாது. ம்ம்..." என்று அவசரப்படுத்தினான் வெங்கடாசலம்.

"கேட்டை நன்றாக இழுத்துச் சாத்திப் பூட்டை நல்லாப் பூட்டு" என்று சுப்புராசு சொல்ல, பூட்டைப் பூட்டிக்கொண்டு போய் விட்டார்கள்.

ராம்நாராயணனுக்கு நெஞ்சு படபடத்துக்கொண்டு இருந்தது. அவர்கள் வருவதற்குள் ஓடிவிட வேண்டும். எப்படித்தான் அவ்வளவு பயம் வந்ததோ, ஆறடி உயரம் உள்ள கம்பி வலைகளாய் இருந்த கேட்டைப் பிடித்துப் பிடித்து ஏறி ஓட்டம் எடுத்தார். அவர்கள் வந்து பார்க்கும்போது, தான் இல்லை என்று தெரிந்ததும் ஆக்ரோஷம் கொண்டு ஓடி வருவார்கள் என்று மனசில் ஒரு மின்னல். அன்றாடம் போய் வருகிற வழிகளை எல்லாம் விட்டுவிட்டுப் புதிதாக ஓரிடத்தில் தடம் போட்டுக்கொண்டு ஓடலானார்.

ஜன்னல் வழியே மறுபடியும் பார்வையைச் செலுத்தினார். காற்று மிதமாய்... தென்னங்கீற்றின் சலசலப்பு மிகமிக மெதுவாய்.

தனக்கான உடைமைகளை அந்தப் பதற்றமான சூழ்நிலையிலும் எடுத்து வந்ததை நினைத்துப் பார்த்தார். தன்னைக் கொல்ல நினைத்த மகன்களா, தன்னை வந்து பார்க்கப் போகிறார்கள்? நல்ல வேளை, தன் முன்னால் வந்து திட்டம் தீட்டிக் கொண்டிராமல், திடீரென்று செயலில் ஈடுபட்டிருந்தால், தான் அன்றே போய்ச் சேர்ந்திருக்க வேண்டியவன்.

இன்றைக்குக்கூட நெஞ்சு வலி வந்து தாங்க முடியாமல் இருந்த போது மருத்துவமனைக்குக் கூட்டிச்சென்றார் விடுதிக் காப்பாளர். அடேயப்பா, இன்றைக்கு உயிரோடு இங்கே வந்து நல்லபடியாய் சுகமானதொரு நிலையில் அமர்ந்திருக்கிறேனே... ஏதோ ஒரு வகையில் தன் ஆயுள் நீண்டு கொண்டல்லவா இருக்கிறது...!

தன் மூத்த மகன் ராதாகிருஷ்ணனையும் பார்த்துவிட்டுத்தான் போவேனோ... யார் கண்டார்கள்...

மின்சாரம் பாய்ச்ச நினைத்தவர்கள் வெற்றி கண்டிருந்தால் அன்றே போய்ச் சேர்ந்திருக்க வேண்டியது. ஆனால் இன்றைக்கு...

"ஆஞ்சியோகிராம் எடுத்ததில் நான்கு அடைப்பு இருக்கிறது என்றும், உடனே அறுவைச் சிகிச்சை செய்ய வேண்டும், இல்லையேல் உயிருக்கு ஆபத்து" என்றும் சொன்னபோது... அவ்வளவுதான் இதில் நான் தப்பிக்க மாட்டேன். என்னிடம் அவ்வளவு வசதியில்லையே. இருந்த பணத்தில் முதியோர் இல்லத்திற்கு மாதக் கட்டணம் செலுத்துவதற்குத்தானே சரியாக இருக்கிறது. ஐந்து லட்சம் செலவு ஆகும் என்றல்லவா சொன்னார்கள் என்று நினைத்தார்.

ஆனால், அத்தனையையும் சந்தித்து அவரைப் பூரண குணம் அடையச் செய்து மீண்டும் இந்த இல்லத்திற்கே அழைத்து வந்திருக்கிறாரே விடுதிக் காப்பாளர். அவர் தெய்வமாகத்தானே தெரிவார். அவருக்கு நடந்த சம்பவங்களை ஒவ்வொன்றாய்க் கேட்டறிந்ததாலே தான் அவரை இந்த விடுதியில் சேர்த்துக்கொண்டார்.

கடந்த காலங்களில் தன்னைச் சேர்ந்தவர்கள் யாரும் தன்னைப் பார்க்க வரவில்லை என்பதும், தன்மீது மிகுந்த அனுதாபம் கொண்டு இத்தனை பெரிய உதவிகள் செய்து தன்னைக் காப்பாற்றியிருக்கும் விடுதிக் காப்பாளர் கண்கண்ட தெய்வம்தானே!

கீழே குனிந்து தன் மார்பைப் பார்த்தார். இரண்டாகப் பிளந்து இதயத்தில் அறுவைச் சிகிச்சை செய்து, பின் மூடித் தைத்திருந்ததைப் பார்த்தபோது மேலும் நெஞ்சு விம்மியது. மறுபிறவி!

திடீரென்று விடுதிக் காப்பாளர் அழைப்பதாய் வந்து சொல்லி விட்டுப் போகிறார்களே, என்னவாக இருக்கும்? மருத்துவச் செலவு பற்றித் தன்னிடம் ஏற்கனவே சொல்லியிருக்கிறார். அதைக் கேட்பார் தானே. தன்னிடம் இருக்கும் சொத்தில் ஒரு பகுதியை விற்றுக் கொடுத்துவிட வேண்டும். இன்னும் உடம்பு பூரணமாய்க் குணமடை யட்டும். செய்து விடத்தானே இருக்கிறேன். அவர் சொல்லும் பட்சத்தில் இப்போதே செய்து விடலாம். நினைத்தவாறே நடக்கிறார்.

"நான் நினைத்துக் கொண்டிருந்தேன் ஐயா. எனக்கான மருத்துவச் செலவை..." ராம்நாராயணன் சொல்லி முடிப்பதற்குள் விடுதிக் காப்பாளர், "மருத்துவச் செலவை ஒருவர் கட்டி விட்டார். நீங்க பயப்பட வேண்டியதில்லை" என்று சொன்னவாறே ஒரு கடிதத்தை எடுத்து அவர் முன்னால் போட்டார்.

"உங்கள் பெயரில்தானே வந்திருக்கிறது... இதை என்னிடம்..." என்று நெற்றி சுருங்க விடுதிக் காப்பாளரைப் பார்த்தார் ராம் நாராயணன்.

ராதா எம்.ஏ.,பி.எல். அரசு வழக்குரைஞர். ஆமாம்! ராதாகிருஷ்ணன்-ராதாவாக மாறிப்போனவன்.

வீட்டை விட்டு ஓடியபோது சுமித்ராதான் கை கொடுத்தார். தன்னைப்போலத் திருநங்கையானவர்களுக்கெல்லாம் அடைக்கலம் கொடுத்தவர். ஏற்கனவே பட்டம் பெற்றிருந்த ராதாகிருஷ்ணனின் நிலையைக் கேட்ட சுமித்ரா, "ஆமாம். நம்மை இந்தச் சமுதாயம் ஏற்காமல்தான் இருக்கிறது. படித்துப் பட்டம் பெற்றிருக்கிறாய். மேலும் படி" என்று சட்டம் படிக்கத் துணை புரிந்தவர். இன்று எம்.ஏ., பி.எல். என்று கல்வித் தகுதி மட்டுமல்ல, அரசு வழக்குரைஞராகவும் ஆகிவிட்டதாக அந்தக் கடிதத்தைப் படித்தபோது, இப்போதே தன் மகனைப் பார்க்க வேண்டும்போல் இருந்தது. இங்கே இருப்பது எப்படித் தெரிந்தது என்ற வினாவும் எழுந்து மறைந்தது.

யாரும் பார்த்துவிடக் கூடாது என்று சுமித்ரா அவர்களின் துணையோடு காரில் சென்று விசாரித்ததாகவும், எல்லாவற்றையும் தெரிந்து கொண்டதாகவும் தன் அப்பா முதியோர் இல்லத்தில்தான் தங்கியிருப்பார் என்று நினைத்து, ஒவ்வொரு முதியோர் இல்லமாய் விசாரித்தபோது...

கடிதத்தைப் படித்து முடிப்பதற்குள் விடுதிக் காப்பாளர் தொடர்ந்தார்...

"அப்போதான் உங்களுக்கு நெஞ்சு வலி இருந்ததாச் சொல்லியிருந்தீங்க. இதெக் கேட்ட உங்க மகன் ராதாகிருஷ்ணன் எவ்வளவு செலவானாலும் நான் இருக்கிறேன், பாருங்கன்னு சொல்லி என் வங்கிக் கணக்கில் கொஞ்சம் கொஞ்சமாய்ப் பணம் போட்டு வந்தார். அதை உங்களிடம் சொல்ல வேண்டாம் என்று சொல்லி வந்தார்."

வானில் உயரே உயரே பறப்பது போல் இருந்தது ராம் நாராயணனுக்கு. இப்போது அவன் எங்கிருக்கிறான்? இப்போதே காண வேண்டும் என்று மனம் துடித்தது. மீண்டும் தொடர்ந்தார் விடுதிக் காப்பாளர்.

"உங்க மகன் இங்கே வருவதற்கு விரும்பலெ. அவர் இருக்குமிடத்தையும் தெரிவிக்க விரும்பலே. ஆனா, நான் வற்புறுத்திச் சொன்னேன். வருவதாக ஒப்புக் கொண்டிருக்கிறார்."

தன் நெஞ்சில் பாலை வார்த்ததுபோல் உணர்ந்தார் ராம் நாராயணன்.

ராதா எம்.ஏ., பி.எல். என்ற அரசு வழக்குரைஞரின் வருகைக்காக அந்த முதியோர் இல்லம் காத்துக் கொண்டிருந்தது.

ஆமாம்... ஜன்னல் வழியே வீசியடிக்கும் காற்றையும், சுவர் மீது வந்தமர்ந்த புறாக்களையும் மகிழ்ச்சியோடு தன் மகன் திருநங்கை ராதாவின் வருகையை எண்ணியவாறே பார்த்துக்கொண்டிருக்கிறார்.

ஓம் சக்தி - செப் 2018

மைலாஞ்சியும் மதிவதனியும்...

வியர்த்துக் கொட்டியது... நெஞ்சு படபடவென்று அடித்துக் கொண்டிருந்தது. நின்று கொண்டிருந்த நிலையில் நர்ஸ் சொன்னதைக் கேள்விப்பட்டதும் பாதங்கள் நிலத்தில் பாவாமல் அப்படியே அருகில் கிடந்த நாற்காலியில் உட்கார்ந்தார் பொன்னீஸ்வரன். கண்கள் இருட்டிக் கொண்டு வந்தன. தான் இருந்த வளாகமே சுற்றிச் சுழல்வது போல் இருந்தது. தான் வணங்கிக் கொண்டிருந்த தெய்வங்களெல்லாம் தன்னை ஏறெடுத்தும் பாராமல் அருள் பார்வையை அள்ளி வழங்காமல் அந்நியப்பட்டு விட்டனவா?

தனக்கென்று பெயர் சொல்ல மதிவதனி ஒருத்திதானே இருக்கிறாள். அன்பு மகள். ஏதாவது ஒன்று ஆகிவிட்டால்... தன் மனைவி சுமித்திராவிற்கு ரத்த அழுத்தம், சர்க்கரை பாதிப்பால் அவதிப்பட்டுக் கொண்டிருந்தாள். அழுது புலம்பியவாறே ஒரு பக்கம் சுருண்டு கிடக்கிறாள். மகள் திருமணத்திற்குக்கூட ஓடியாடி எதுவும் செய்ய முடியவில்லை.

சரி... மதிவதனி வயிற்றில் கரு உருவானதும் வளர்ந்ததும் பெற்ற தாய் நன்றாக இருந்திருந்தால் ஒவ்வொரு நாளும் கருத்தரித்த மகளைக் கண்களுக்குள் வைத்துப் பார்த்திருப்பாள். கணவன் வீட்டில்தானே இருந்தாள். மதிவதனியிடம், ‘உங்க அம்மா... பாவம் நோயாளி... நாங்க பார்த்துக்கிறோம். நீங்க சிரமப்பட வேண்டாம்...’ என்று சொன்னது மட்டும் இல்லாமல், ‘மந்த்லி செக் அப்’ மருந்து மாத்திரைகள் என்று மாப்பிள்ளையும் கண்ணுக்குள் வைத்துப் பார்த்துக் கொண்டிருந்தார். மாற்றுக் கருத்துச் சொல்ல முடியாது.

நர்ஸ்தான் அவசரப்பட்டுச் சொல்லத் தெரியாமல் ஏதேதோ சொல்லிப் போனாளோ... நல்ல வார்த்தைகளையல்லவா சொல்லி யிருக்க வேண்டும்.

தன் மகளுக்காக எதையும் செய்யச் சித்தமாக இருப்பவர் பொன்னீஸ்வரன். அறைக்குள்ளிருந்து நல்ல செய்தி ஏதும் வராதா கடவுளே!

‘தலை திரும்பிருச்சாம்... குழந்தை உயிரோடு இருப்பதே சந்தேகமாம்... சிசேரியன் பண்ணலாம்னா ஜன்னி கண்டுவிட்டதாம். தெய்வமே, என் பொண்ணைத் திருப்பிக் கொடு... அது போதும்...’

"ஏங்க சார்... மற்ற அதிகாரிகளெல்லாம் எழுதிக் குடுத்துட்டாங்க, 'நோ அப்ஜெக்ஷன்னு' நீங்க மட்டும் அப்ஜெக்ஷன் தெரிவிச்சிருக்கீங்க... இனி இதை ஃபாலோ பண்ணித்தான் கோப்பை முடித்தாக வேண்டும். சார்... அந்தக் காண்ட்ராக்டர் சிவனப்பன் வந்து ஒரே புலம்பு புலம்பிட்டுப் போறான். கடன் வாங்கித்தான் அந்த ஏரியாவைப் பிடித்தானாம். புள்ளை குட்டிக நல்லாயிருக்குமான்னு சாபம் உட்டுட்டுப் போறான். ஆனா, மேலதிகாரி உங்க ரிப்போர்ட்டைப் பார்த்துட்டு ஒண்ணும் சொல்லலை. அப்படியே பிரமிச்சுப் போயிட்டாரு..."

"சரி சரி நான் பார்த்துக்கிறேன்..."

மைலாஞ்சி மலை சுமார் ஆயிரத்து ஐந்நூறு ஹெக்டேர் பரப்பளவு உள்ள மலைக்குன்று. தரம் தாழ்ந்த காடுகள் வரிசையில் இருந்தது. உசில், வக்கணை, நரிவிலி, வேம்பு என்று மரங்கள் அடர்ந்தும், அங்குமிங்குமாயும் இருந்தன. விராலிச்செடிகள், லண்டானாக்கேமரா புதர்கள் என்று சூழ்ந்திருந்தாலும், நில அளவை செய்து, ஆண்டு ஒன்றுக்கு 50 ஹெக்டேர் பரப்பில் கிடைத்த பொட்டல் வெளியில் நாற்றுகள் நடப்பட்டு, நாற்றுத்தோட்டம் உருவாக்கிடும் பணி என ஆறு அதிகாரிகளுக்கு ஒதுக்கப்பட்டு இருந்தன. இரண்டு ஆண்டுகளில் ஒவ்வொரு அதிகாரியும் நூறு ஹெக்டேர் பரப்பில் நாற்றுத் தோட்டம் உருவாக்கிட வேண்டும்.

தரம் குன்றிய காடுகளைத் தரம் உயர்ந்த காடுகளாக்க வேண்டும் என்பதே இதன் நோக்கம்.

பருவ மழை தொடங்கிய உடனேயே நாற்றங்காலிலிருந்து பை நாற்றுக்களை எடுத்து வந்து ஏற்கனவே தோண்டப்பட்டிருந்த குழிகளில் நெகிழிப்பைகளைக் கிழித்துவிட்டு, மண் கட்டியுடன் நாற்றுகளை நடுவதற்கு உத்தரவு போட்டுவிடுவார் பொன்னீஸ்வரன். அப்போதுதான் தொடர்ந்து மழை கிடைக்கக் கிடைக்க நடப்பட்ட நாற்றுகள் நிலத்தில் நன்றாக வேர் பிடித்துவிடும்.

நாற்று நடும் பணி தொடங்கிவிட்டால் போதும், அதிகாரி பொன்னீஸ்வரன் தன் பணியாளர்களைத் தூங்க விடமாட்டார். குடும்பத்தாரிடம்கூடப் பேசுவதற்கு நேரம் இருக்காது. அதிகாலையி லேயே தனது மோட்டார் சைக்கிளை எடுத்துக் கொண்டு சைட்டிற்குப் புறப்பட்டு விடுவார். நாற்பத்தி ஐந்தாயிரம் நாற்றுகள் நட்டு முடித்தாக வேண்டும். ஒவ்வொரு நாற்றும் தன் கண் பார்வையிலேயே நடப்பட வேண்டும் என்று நினைப்பவர். மேடு பள்ளங்கள் நிறைந்த காட்டில் ஓடியாடித் தணிக்கை செய்வார். அப்போதுதான் அவருக்குத் திருப்தி.

வேலைகள் எல்லாம் முடிந்து உருவான நாற்றுத் தோட்டத்தை அதிகாரிகள் வந்து தணிக்கை செய்து திருப்தி ஆகும் வரை நெஞ்சு படபடத்துக் கொண்டே இருக்கும். உழைப்பு வீண் போகவில்லை.

எல்லா மட்டங்களிலிருந்தும் அதிகாரிகள் வந்து தணிக்கை செய்துவிட்டார்கள். மானிட்டரிங் ரிப்போர்ட் 99 சதவீதம் நாற்றுகள் 'சர்வைவ்' ஆகியிருக்கின்றன என்று சொல்லியது. நாற்றுத் தோட்டப் பதிவேட்டில் தணிக்கை செய்யும் ஒவ்வொரு அதிகாரியாலும் வெற்றித் தோட்டம் என்று பதிவு செய்யப்பட்டு வெற்றிக் கதைகளைச் சொல்லியது. முதலமைச்சரிடமிருந்து விருது கிடைக்கும் என்று அவ்வப்போது பேசப்பட்டு வந்தது.

மேற்குத்தொடர்ச்சி மலையையொட்டிய மைலாஞ்சி மலை, 'மைலாஞ்சிக் கரடு' என்றே சொல்வார்கள். ஆனால், இப்போது 'மைலாஞ்சி வனம்' என்று சொல்கிற அளவுக்கு மாறியிருந்தது.

ஒரே குழுவாக அலுவலகத்திற்கு வந்திருந்தார்கள். அவர்களில் மைன்ஸ்காரர்கள், குத்தகைதாரர் சிவனப்பன் என்றிருந்தார்கள். அவர்கள் குறிப்பிட்ட இடம் மைலாஞ்சிக்கு ஒரு பர்லாங்கிற்கும் குறைவான தூரத்திலே இருந்தது. ஓர் அடியிலிருந்து மூன்றடி உயரம் வரை பாறைகள் தரையைக் கீறிக் கொண்டு எழுந்து பரவியிருந்தன. ஐந்து ஹெக்டேர் பரப்பு உள்ளதாம். அவர்களே நில அளவை செய்து வரைபடமும் வைத்திருந்தார்கள்.

தரிசு நிலமாய்க் கிடக்கிறது. விவசாயம் ஏதும் சுற்றிப் பார்த்த வரையில் எங்கும் இல்லை. இரண்டொரு பனை மரங்கள், ஆங்காங்கே திருகு கள்ளிகள் என இருந்தன.

எதிரே மைலாஞ்சி பச்சையைப் பூசிக் கொண்டிருந்தது. நாற்றுத் தோட்டங்கள் உருவாகாத நிலையில் எடுக்கப்பட்ட புகைப்படத்தைப் பார்த்தால், ஆங்காங்கே உச்சிப்பகுதியில் சின்னதாய்த் தலையைச் சிலுப்பிக் கொண்டிருக்கும் மரக்கூட்டங்களோடு இருக்கும் கரடு தெரியும். பொட்டல் காட்டிற்குத் தலையில் குஞ்சம் வைத்தது போல் இருந்தது. ஆனால் இப்போது எப்படி மாறிவிட்டது!

இவர்கள் கல்குவாரியாக மாற்றப்போகும் இடம் மைலாஞ்சிக்கு மிக அருகிலேயே இருக்கிறதே, எப்படி? பொன்னீஸ்வரன் குழம்பித் தான் போயிருந்தார்.

கருங்கால் பாறைகள்... ஒரு வருடம், இரண்டு வருடம் எனக் குவாரியில் வேலை நடக்கும். வெடி வைத்துப் பாறைகளைத் தகர்த்து எடுத்துத் தேவைக்கேற்ற அளவுகளில் செதுக்கி லாரியில் கொண்டு போய் விடுவார்கள்.

இந்தப் பணிகள் செய்யத்தான் 'ஆட்சேபணை இல்லை' என்று சான்றிதழ் வழங்க வேண்டும்.

மருத்துவமனை...

நர்ஸ் அங்குமிங்குமாய் ஓடிக் கொண்டிருந்தாள். பின்னாலேயே போய் எது கேட்டாலும் சொல்ல மறுக்கிறாளே.

மதிவதனி குழந்தையாயிருந்த போதிலிருந்து, பொன்னீஸ்வரன் தான் எல்லாம் செய்துவிட வேண்டும். குளித்து விடுவது, சாதம் ஊட்டி விடுவது, தலைவாரி விடுவது, உடை அணிவித்து விடுவது, ஷூ மாட்டிவிடுவது எல்லாம் அப்பாதான் செய்ய வேண்டும் என்று அடம் பிடிப்பாள். அம்மா சுமித்ராவைக் கண்டு கொள்ளவே மாட்டாள்.

பி.எஸ்ஸி முடித்து, எம்.எஸ்ஸி போக இருந்த நிலையில் வந்த வரனுக்கு அரசாங்க உத்தியோகம்... 'நல்ல ஜாதகம். எத்தனை செலவானாலும் இந்த மாப்பிள்ளையை விட்டுவிடாதீர்கள்...' என்று பணிக்கர் சொன்னதற்கப்புறம் விட்டுவிட முடியுமா... போதும் படிப்பு என்று திருமணமும் செய்து வைத்தாகிவிட்டது.

மதிவதனிதான் இப்போது துடித்துக் கொண்டிருக்கிறாள். பொன்னீஸ்வரன், 'நான் யாருக்கும் எந்தத் தீங்கும் செய்தவனில்லையே... யார் குடியையும் கெடுத்தவனில்லையே... என்னை ஏன் கடவுள் இப்படிச் சோதிக்கிறான். ஆமாம்... அந்தக் கல் குவாரி எடுக்க நினைச்ச காண்ட்ராக்டர் சிவனப்பன் விடுத்த சாபம்தான் தன் மகளை வாட்டுகிறதோ... எனக்கு ஏதாவது வந்தால், நான் பொறுத்துக்குவேன். என் மகள் என்ன செய்தாள்... எங்காவது போய் பில்லி சூன்யம் வைத்து என் குடும்பத்தின்மீது ஏவி விட்டிருப்பானோ...'

அந்த சூப்பிரண்டு சொன்ன மாதிரி சக அதிகாரிகள் நோ அப்ஜெக்‌ஷன் கொடுத்தது போல் நாமும் கொடுத்திருக்கலாமோ... ஆமாம், அவர்களும்தான் கடினமாய் உழைத்துத் தோட்டம் உருவாக்கி யிருக்கிறார்கள். தனக்கு மட்டும் ஏன் கல்குவாரி ஆரம்பிக்க ஆட்சேபணை செய்து எழுதத் தோன்றியது? மனத்தவிப்பு.

அந்தச் சிவனப்பனுக்கும் எனக்கும் என்ன இருக்கிறது? கடமையைச் செய்தவனை இப்படியா படுத்துவது...

'அதோ... மாப்பிள்ளை வருகிறாரே. ரொம்ப நேரமாய்ச் சோர்ந்து போய் இருந்தவர்... முகத்தில் கொஞ்சம் சந்தோஷம் தெரிகிறதே... அடே... என்னைக் கடந்து போய்விட்டாரே.'

மாப்பிள்ளை மறுபடியும் அருகில் வரவும், உள்ளேயிருந்து நர்ஸ் வரவும் சரியாகி இருந்தது.

"மாமா... உங்களுக்குப் பேத்தி பொறந்திருக்கா…" மாப்பிள்ளையின் மகிழ்ச்சித் துள்ளல்.

"ஐயா, நான்தான் அவசரப்பட்டு ஏதேதோ சொல்லிட்டேன்... உங்க மகளும் பேத்தியும் நல்லாயிருக்காங்க..."

கையெடுத்துக் கும்பிடுகிறார் பொன்னீஸ்வரன்.

"எல்லா வணக்கத்தையும் டாக்டர் மிருதுபாஷிணிக்குத்தான் கொடுக்க வேணும்..." நர்ஸ் நகர்கிறாள்.

பொன்னீஸ்வரன் மனதில் ஏதோ ஒரு மின்னல்.

ஆமாம்... கல் குவாரியை ஏற்படுத்தக்கூடாது என்று அறிக்கை செய்ததற்கான காரணங்கள்...

'பாறைகளை வெடி வைத்துத் தகர்க்கும்போது எழும் வேட்டுச் சப்தத்தால் நிலம் பெரிதாய் அதிரும். வேர் பிடித்தும் பிடிக்காத நிலையில் உள்ள புதிதாய் நடப்பட்ட நாற்றுக்கள் நில அதிர்வால் மண் கலைந்து போய் இளக்கம் கண்டு வேர்களுக்குப் பாதிப்பு ஏற்பட்டு நாற்றுக்கள் பட்டுப்போக வாய்ப்புள்ளது. அங்கே உள்ள யானை, காட்டு எருமை, கரடி என்று வன உயிரினங்கள் புதியதாய்க் கர்ப்பம் தரித்திருக்கும் பட்சத்தில் வேட்டுச் சப்தத்தால் அவற்றின் கருக்கள் கலையக்கூட வாய்ப்புள்ளது.'

'யார் குடும்பத்தையும் கெடுக்கவில்லை. தாவரங்களுக்கும், விலங்குகளுக்கும் வெடிச் சப்தத்தால் பாதிப்பு வந்துவிடக்கூடாது என்ற நோக்கத்தில்தானே எழுதினேன். கடவுள் காப்பாற்றிவிட்டார்' என்று வேண்டியவாறே தெளிவான சமாதானத்தோடு மகிழ்ச்சிப் பெருக்குடன் தன் அன்பு மகள் மதிவதனியையும், பேத்தியையும் பார்க்க அறைக்குள் நுழைந்தார் பொன்னீஸ்வரன்.

ஓம் சக்தி தீபாவளி மலர் 2018

பூ மாலை... நீயே...

“நீங்க மாலையோடு உள்ளே போக வேண்டா?”

“ஏன் வேண்டாம் என்கிறீர்... என்னெ எதுக்குத் தடுக்கிறீங்க”

“உங்களை நாங்க ஒன்றும் தடுக்கலெ... ஆனா மாலையோடு போக வேண்டாம் போதுமா...” என்று கதிரேசன் மறுபடியும் சொல்லவும் கோட்டியப்பனுக்குக் கோபம் பொத்து கொண்டு வந்தது.

“என்னைத் தடுப்பதற்கு நீ யாரையா” என்று வெடித்தவாறே கதிரேசனைத் தள்ளிக் கொண்டு உள்ளே நுழைய முற்பட்டார் கோட்டியப்பன்.

“உனக்கு அவ்வளவு தான் மரியாதை...” என்று கதிரேசனும் பதிலுக்கு முட்டித் தள்ளினான்.

பெரியதொரு வாசலில் போடப்பட்டிருந்த சாமியானாவின் கீழ் போடப்பட்டிருந்த சேர்களில் உட்கார்ந்திருந்த கூட்டம் புரியாமல் திகைத்துப் போய் இருந்தது.

உள்ளே கூடத்தில் தரை எல்லாம் பெண்கள் கூட்டம் சப்புக் கொட்டியவாறே சப்தம் கேட்டுத் திரும்பிப் பார்த்தவாறிருந்தது.

தலையில் கை வைத்தவாறே அழுதழுது கண்கள் சிவந்தும் மூக்கு விடைத்தும் கன்னங்கள் கண்ணீரால் தடம் போட்டு ஓடிக் கொண்டும் இருந்த மைதிலியைத் தேற்றமுடியாமல் அருகிலிருந்த பெண்கள் தோற்றுப் போய்க் கொண்டிருந்தனர்.

இத்தனை களேபரங்கள் பற்றி ஏதும் கவலை கொள்ளாமல் சிரித்தவாறே படுத்திருந்தார் அன்புநேசன். ஆமாம் ஐஸ்பெட்டிக்குள்.

சிரித்தவாறே மீளாத்துயரில் இருந்த அன்புநேசனுக்கான இறுதி அஞ்சலி நிகழ்ச்சிக்கு வந்தவர்கள் கொண்டு வந்த மாலைகள் குவிந்தவாறிருந்தன.

கைலாஷ், பிரகாஷ் இருவரும் தன் அப்பாவிற்கு அஞ்சலி செய்ய வந்தவர்களை தங்கள் துக்கத்தைப் பகிர்ந்து கொள்ள வந்தவர்கள் என்று பார்த்து அழுதும் தன் அப்பாவின் மரணம் சம்பவித்த விடயத்தைப் பகிர்ந்து கொள்ளுவதுமாய் இருந்தார்கள்.

இத்தனை நிகழ்வுகளுக்குமிடையில் வெளியில் நடக்கும் கரைச்சல் களையும் கைலாஷ், பிரகாஷ் இருவரும் கவனிக்கத் தவறவில்லை.

'அத்தை எங்கே என்று அங்கே இங்கே என்று இருவரது கண்களும் தேடிக் கொண்டிருந்தன. அத்தை புருஷன் கோட்டியப்பன் வந்திருக்கிறார் ஏதேதோ பிரச்சனை நடக்கிறதே... கதிரேசன் மாமா அப்பாவிற்குப் பிடித்தமான நண்பர். எங்களுக்குள் மதிப்பு மிகுந்தவர்... அவர் ஏதும் சும்மா சொல்லமாட்டார்' என்று கைலாஷ் மனதில் ஓடிக் கொண்டிருக்கிறது' கைசாடையால் தன் எண்ணத்தைப் பிரகாஷிக்கும் தெரிவிக்கிறான்.

வெளியே நடக்கிற வாக்கு வாதங்களில் நாம் தலையிட வேண்டாம் என்றே இருவரின் புரிந்துணர்வாக இருந்தது.

சற்று நேரம் கழித்துப் பார்த்தால் கோட்டியப்பன் மாமாவும் அங்கு இல்லை. அங்கிருந்தவர்களின் முகச்சுளிப்பும் காணாமல் போய் இருந்தது.

அத்தை சுகுணா உடல்நிலை சரியில்லாமல் மருத்துவமனையில் இருப்பதால் தம்பியின் பூத உடலைப் பார்ப்பதற்குக் கூட வர இயலவில்லை. அங்கிருந்தவர்கள் எல்லோரும் அத்தையைத் தேடினார்கள் நிலைமையறிந்து மௌனம் காத்தார்கள். கோட்டியப்பனை ஏன் கதிரேசன் 'மாலையோடு உள்ளே செல்ல வேண்டாம்' என்று தடுத்தது பலபேர் மனதிலும் முள்ளாய்த் தைத்துக் கொண்டு இருந்தது.

உடன் பணியாற்றியவர்களில் தொடர்பில் இருப்பவர்கள், தான் சார்ந்த இலக்கிய அமைப்பைச் சார்ந்த நண்பர்கள், வாசகர்கள் என்று நேரம் செல்லச் செல்ல கூட்டமாய் வந்து போனார்கள். எண்ணற்ற சிறுகதைகள், நாவல்கள் என்று எழுதிப் பேர் வாங்கியவர் அன்புநேசன், பணியிலிருக்கும் போது ஏதும் பெரியதாய் எழுதவில்லை. கல்லூரியில் படிக்கும் போதே எழுதியவர் தான். பணிச்சுமை தான் தொடர்ந்து எழுத முடியாமல் தடுத்துவிட்டது என்று சொல்லியும் அவ்வப்போது எழுதியும் இருக்கிறார்.

பத்தாண்டுகளுக்கு முன் பணி நிறைவு பெற்றபின் எழுத ஆரம்பித்து இப்போது ஒரு நிலைக்கு வந்திருக்கிறார். ஏற்கனவே மாரடைப்பு இவருக்கு வந்திருந்தது. மருந்து மாத்திரைகள் சாப்பிட்டும் சில சமயம் மருந்துகள் எடுத்துக் கொள்ளாமலும் இருந்ததும் ஒரு காரணம் இரண்டாவது அட்டாக் அவருக்கு மரணத்தை ஏற்படுத்திவிட்டது.

"மனுஷன் டூட்டிலெ இருக்கும்போது கால்லெ சக்கரத்தெக் கட்டிட்டு அங்கே இங்கேன்னு அலஞ்சிட்டேயிருந்தா... அடிக்கடி

மாற்றம் மாற்றம்ங்கறததலெ புள்ளைங்க படிப்பு கெட்டுப் போகும்னு அவுங்கப்பா சொன்னதாலே குடும்பத்தெ எங்கேயும் கூட்டிட்டுப் போகலை. மனைவி மைதிலியும் சொற்ப சம்பளத்தில் வேலைக்கு இருந்ததும் சப்போர்ட்டாயிருந்துச்சு இல்லாட்டி ரொம்பவே கஷ்டப்பட்டிருப்பார்.

குடும்பம் ஒருபுறம் தான் ஒருபுறம் என்று இரட்டைச்செலவு எப்படியோ குடும்ப வண்டி தள்ளாடாமல் ஓடிக் கொண்டிருந்தது. பையன்கள் படித்து முடிக்கவும் அன்புநேசன் பணி ஓய்வு பெறவும் சரியாக இருந்தது.

தான் ஓய்வு பெற்றபின் கட்டிய வீட்டில் தான் இப்போது காரியம் நடந்து கொண்டிருக்கிறது. பையன்கள் ஐ.டி. கம்பெனிகளில் இருப்பதும் வீடு கட்டும் போது ஆன மிகைச் செலவை வட்டியுடன் கட்டி கடன் தீர்ப்பதற்கும் உதவியாகிவிட்டது.

கூடத்தில் வைக்கப்பட்டிருந்த ஐஸ்பெட்டியின் மேல் வைக்கப் படும் மாலைகளை அகற்றுவதற்கும் தன் அப்பாவின் முகம் நன்கு தெரியுமாறு துணிகொண்டு கண்ணாடியைத் துடைப்பதுமாய் இருந்தான் கைலாஷ்.

“சுகுணாவுக்குத் தான் ஒடம்பு சரியில்லெ... அவ புருஷன் கோட்டியப்பனை ஏன் உள்ளே விடாமல்... மச்சான் ஆயிற்றே...” கூடத்தில் உட்காந்திருந்த பெண்களில் ஒருத்தி அங்கலாய்த்தாள்...

“தப்பாத்தெரியுதே... சுகுணா டீச்சரா இருந்தவள்... அவ புருஷனும் டீச்சரா இருந்தவர்தான்... கதிரேசன் யாருடைய சொந்தக்காரனும் இல்லே... யார் கேட்டாலும் எதுவும் சொல்ல மாட்டேன் எங்கிறாரே...” பதிலுக்கு முந்தானைத் தலைப்பை வாயில் வைத்தவாறு பதிலுக்கு அருகில் உட்கார்ந்திருந்தவள் முனகிக்கொண்டு இருந்தாள்.

அன்புநேசனின் இறுதி ஊர்வலத்திற்கு ஆயத்தம் செய்து கொண்டு இருந்தார்கள்.

வீட்டு வாசலில் அமரர் ஊர்தி... இறுதி அஞ்சலி செலுத்துவ தற்காக வந்தவர்கள் கொணர்ந்து வந்த மாலைகளால் ஊர்தி அலங்கரிக்கப்பட்டுக் கொண்டிருந்தது. சுற்றியிருந்தவர்கள் துக்கம் நிறைந்த மனதோடு பார்த்துக்கொண்டிருந்தார்கள். மாலைகள் வைத்து அமரர் ஊர்தி அலங்கரிக்கப்படுவதை மேற்பார்வை செய்தும் ஒவ்வொரு மாலையாய் கட்டுவதற்கு உதவியும் செய்தவாறிருந்தார் கதிரேசன்.

"இவன் யார் இந்த வேலையெல்லாம் செய்ய... அன்புநேசன் மச்சானையே மாலையோடு போக வேண்டாம் என்று தடுத்தவன் ராஸ்கல்..." என்று மனசிற்குள் திட்டிக் கொண்டிருந்தார்கள்.

"போதும் நீ ஒன்றும் மாலையும் எடுத்துக் கொடுக்க வேண்டாம்... போ அந்தப்புறம்... பெரிய இவனாம்..." என்று கெடாமீசை வைத்துக் கொண்டிருந்த ஒருவன் கதிரேசனை அடிக்காத குறையாய்த் தள்ளி விட்டான்.

இதைப் பார்த்ததும் பொறுத்துக் கொள்ளமுடியாமல் இந்த நேரத்தில் இப்படி சண்டை போடலாமா... என்று பரிந்து கொண்டு வந்தான் ஒருவன்.

எல்லோரும் கதிரேசனைத் திட்டித் தீர்த்தாலும் அன்புநேசன் உடலைப் பார்த்தாலும் ஓவென்று கதறியழுததை நினைத்துப் பார்த்துச் சற்று நிதானித்தார்கள்.

இவ்வளவு இறுக்கமான நட்புடையவர்கள் அன்புநேசனும் கதிரேசனும் என்று நினைத்த மாத்திரத்தில் கோட்டியப்பனை மாலையோடு போகவேண்டாம் என்று சொன்னதில் ஏதாவது அர்த்தம் இருக்கும் என்று நெற்றியைச் சுழித்தவாறே சிந்திக்கலானார்கள்.

மின் மயானம் மூன்று கிலோமீட்டர் தொலைவில் இருந்தது. ஏனோ இறுதி ஊர்வலத்தில் கலந்து கொண்டு போகும் போதே கண்களில் திரண்டிருந்த கண்ணீரைச் சுண்டி எறிந்தவாறே மனதைத் திடப்படுத்திக் கொண்டிருந்தான் கதிரேசன்.

'யாரோ என்னவோ பேசிக் கொண்டு போகட்டும்"

தொடக்கப்பள்ளியிலிருந்து கல்லூரி வரை ஒன்றாகப் பயின்றவர்கள் வேலை வெவ்வேறு துறைகளில் பணியாற்றும் படி ஆகிவிட்டது. கடிதம் மூலம் அவ்வப்போது நலம் விசாரிப்பதும், எண்ணங்களைப் பகிர்ந்து கொள்வதுமாய் இருப்பார்கள். அப்போதெல்லாம் அலைபேசி வசதி கிடையாது. கதிரேசன் வீட்டு வைபவங்களுக்கு எங்கிருந்தாலும் அன்புநேசன் வருகை தராமல் இருந்ததில்லை. அதே மாதிரி அன்புநேசன் வீட்டில் நடைபெறும் ஒவ்வொரு நிகழ்ச்சியும் கதிரேசன் இல்லாமல் நடந்ததில்லை. இருவரும் பணி நிறைவு பெற்றதற்குப் பின்புதான் அடிக்கடி சந்தித்துக் கொள்ளும் அளவிற்கு இருவரது வீடுகளும் அருகாமையில் அமைந்து போயிற்று.

'நீ போய் விட்டாய்... எனக்கு உற்ற நண்பன் என்று சொல்ல யார் இருக்கிறார்கள்' கதிரேசன் மனதிற்குள் மாளாத் துயரம்.

அடிக்கடி ஏற்பட்ட பணி மாறுதல்களையும் அதனால் பட்ட கஷ்டங்களையும் அன்புநேசன் வரிவிடாமல் தன்னிடம் சொல்லிச் சொல்லி மாய்ந்ததை நினைக்க நினைக்க கதிரேசன் நெஞ்சு கணத்தது.

முதல் அட்டாக் வந்த போதே தான் அதிகநாள் வாழமாட்டோம் என்று நினைத்தாரோ என்னவோ அன்புநேசன் 'இந்த நோட்டில் நான் பட்ட கஷ்டங்களை எழுதி வைத்திருக்கிறேன் உன்னிடம் சொல்லியும் இருப்பேன்... ஆனால் மறந்துவிடக் கூடாது என்று தான் எழுத்திலும் எழுதியிருக்கிறேன். இப்போது இதைப் படிக்க வேண்டாம் நேரம் வரும்போது படி...' என்று சொல்லிக் கொடுத்த நோட்டை இரண்டு நாட்களுக்கு முன்பு தான் படித்தார் கதிரேசன்.

பதவி உயர்வு கொடுத்து என்னை மதுரைக்கு மாற்றிவிட்டார்கள்... அது எங்கள் துறைக்கான பயிற்சிக் கல்லூரி. அதில் பயிற்சியாளர் களுக்கான பொறுப்பாசிரியர் வேலை. அறுபது பயிற்சியாளர்கள் அவர்களுக்கென்று உணவு விடுதி என் பொறுப்பிலேயே இயங்கி வந்தது ஒவ்வொரு பயிற்சியாளரிடமும் அப்போதைய நிலவரப்படி ரூபாய் ஐநூறு முன்பணமாக வசூல் செய்யப்பட்டிருந்தது. மொத்தம் முப்பதாயிரம் ரூபாய். அந்தப் பணம் பொறுப்பாசிரியர் கையில்தான் இருக்கும். மாதம் ஒரு முறை பயிற்சியாளர்களுக்குள்ளேயே ஒரு செயலரைத் தேர்வு செய்து அவர் மூலம் மாதத்திற்குத் தேவையான மளிகைச் சாமான்கள் முதல் எல்லாச் செலவுகளும் செய்யப்படும். அவ்வப்போது பொறுப்பாசிரியராகிய என்னிடம் பணம் பெற்றுக் கொள்வர். கணக்கும் வைக்கப்படும். மாதம் முடியும் தருவாயில் மொத்தச் செலவு எவ்வளவு என்று பார்த்து அது முப்பதாயிரத்தை எக்காரணம் கொண்டும் தாண்டாது. மொத்தச் செலவுக்கேற்றாற் போல் பணம் அறுபது பேரிடமும் ஒருவருக்கு இவ்வளவு என்று வசூல் செய்யப்படும். அதைவைத்து அடுத்த மாதம், என்று உணவு விடுதி தொடர்ந்து இயங்கும்...

இந்தச் சூழ்நிலையில் உறவுக்கார பையன் ஒருவனுடைய திருமணத்திற்காக ஊருக்கு வந்திருந்தேன். அப்போது என்னிடம் மெஸ் பணம் ரூபாய் 17000 இருந்தது. முப்பது ஆண்டுகளுக்கு முன்பு இது பெரிய தொகைதானே... பணத்தை வைத்துக்கொண்டு எங்கு தூங்குவது என்று நினைத்தவனாய் கோட்டியப்பன் அவர்களிடம் கொடுத்து நீங்கள் வைத்திருங்கள் என்றும் மதுரைக்குப் போகும்போது வாங்கிக் கொள்கிறேன் என்றும் சொல்லியிருந்தேன்.

மதுரைக்குச் செல்ல புறப்படும் முன்பு பணம் என்று கோட்டியப்பன் அவர்களிடம் கேட்பதற்குள் இந்தா என்று பன்னிரண்டாயிரம் ரூபாயை என்னிடம் கொடுத்து மீதி ஐயாயிரம் என்று கேட்பதற்குள்

ஏதேதோ சொன்னார். என்னால் திரும்பி எதையும் கேட்க முடியவில்லை. துக்கம் தொண்டையை அடைத்தது. நா எழவில்லை. உணவு விடுதியில் எப்போதாவது சாப்பாடு வாங்கிக் கொடுத்திருக் கலாம். தேநீர் வாங்கித் தந்திருக்கலாம். இரண்டொரு முறை நூறு கிலோ மீட்டர் தொலைவிற்குள் பயணம் செய்திருக்கலாம். பேருந்து கட்டணம் செலுத்தி இருக்கலாம்.

அவராகவே மனதிற்குள் பணத்தைக் கணக்கு போட்டுக்கொண்டு இது பயற்சியாளர்களின் மெஸ்பணம் என்று தெரிந்தும் நம்பிக்கை யோடு போகும் போது வாங்கிக் கொள்கிறேன் என்று கொடுத்த பணத்தை இப்படிக் கணக்குப் போட்டால்... அதுவும் அக்கா சுகுணாவும் அல்லவா ஒத்து ஊதுகிறாள். ஒரே இடத்தில் உத்தியோகம் இருவருக்கும் கைநிறைய சம்பளம். பெருந்தொகையல்லவா அவர்கள் கையில் இருந்திருக்கும்.

என்னை மாதிரி ஊர் ஊராக அலைந்து திரிந்தவன் அல்ல... ஒன்றும் பேச முடியவில்லை.

ஐயாயிரம் துண்டு விழுந்தால் எப்படி சமாளிப்பது அப்போது மாத ஊதியமே ஐயாயிரம் ரூபாய்க்குள் தான். பயிற்சியாளர்களின் சாப்பாட்டுப் பணம் ஆயிற்றே. குடும்பம் நடத்துவதற்கே கஷ்டப் பட்டுக் கொண்டிருக்கிறேனே.

என் நிலையறிந்த பயிற்சியாளர் ஒருவர் புதுக்கோட்டைக்கு வாருங்கள். என் உறவுக்காரரிடம் வாங்கித் தருகிறேன் என்றார். புதுக்கோட்டையில் எனக்கு நல்ல விருந்து கொடுத்தார். இன்னொரு நண்பரும் உடன் வந்திருந்தார். என்னிடம் பணம் ஐயாயிரம் கொடுத்து ஐயா-மூன்று மாதத்திற்குள் பணத்தைக் கொடுத்து விடுங்கள். மூன்று மாதத்திற்குள் கொடுத்து விடுவீர்கள் என்று நம்புகிறேன். அதற்கு மேல் போனால் நூற்றுக்கு இரண்டு ரூபாய் வட்டி கொடுக்க வேண்டி இருக்கும். பைனான்ஸ் நிறுவனம் வைத்து நடத்துகிறவர். இவ்வளவு இதமாகவும் சலுகை காட்டிப் பேசியதும் ஆதரவாக இருந்தது. அவர் சொல்லியபடியே மாதாமாதம் அசலே கொஞ்சம் கொஞ்சமாய்க் கொடுத்துக் கடனை அடைத்து விட்டேன்.

கதிரேசன்... அப்போது நீயும் என்னமாதிரி கஷ்டப்பட்டுக் கொண்டுதானே இருந்தாய். நம் கஷ்டம் நம்மோடு போகட்டும் ஒரு வேளை... மாரடைப்பு என்னை மரணிக்க வைத்துவிட்டால்... என் மகன்களுக்குத் துணையாய் நின்று உதவிசெய் தயவுசெய்து கோட்டியப்பன் உதவிகள் செய்ய முன்வராமல் பார்த்துக் கொள் ஏன் என் உடல் மீது மலர்வளையமோ, மாலையோ வைத்து அவர் வந்து

அஞ்சலி செலுத்த வேண்டாம் யதார்த்தமாய் இருந்துவிடாதே... அப்படி ஏதும் நடந்து விட்டால்... நான்கைந்து ஆண்டுகள் கழித்து உன் அப்பாவிற்கான ஈமக்கிரியைக்கான செலவு என்று மாலை அல்லது மலர்வளையத்திற்கான செலவை வட்டி போட்டு என் மகன்களிடம் வசூலிக்கக் கோட்டியப்பன் மச்சான் வந்தாலும் வந்து விடுவார். என்னைப்போலவே என் மகன்களும் யதார்த்தமானவர்கள்.

அன்புநேசன் எழுதியிருந்த வரிகளை மறுபடியும் மனசுக்குள் கொண்டு வந்தபோது "நண்பன் தான் இறந்து விட்டான். அவன் கோபத்தில் எழுதியவைகளை நானும் பெரிதாக எடுத்துக்கொண்டேனே. மரணம் அடைந்தவன் திரும்பியா வரப்போகிறான். மறப்போம் மன்னிப்போம் என்று நான் கடைப்பிடித்திருக்க வேண்டும். கோட்டியப்பனைப் பார்த்துத் தன் செயலுக்கு வருத்தம் தெரிவிக்க வேண்டும்" என்று அசைபோட்டவாறே அன்புநேசன் உடல் மின் அடுப்பிற்குள் செல்வதைத் துயரம் நிறைந்த மனசோடு பார்த்துக் கொண்டே இருந்த கதிரேசன் வீட்டிற்குள் போனதும் அன்புநேசன் எழுதிக் கொடுத்த நோட்டை நெருப்புப் பற்ற வைத்து இரையாக்க வேண்டும் என்று நினைத்துக்கொண்டார்.

கிழக்குவாசல் உதயம் பிப் 2019

கிருஷ்ணவேணியக்கா...

மருத்துவர் தன் கணவரின் உடலைப் பரிசோதித்துவிட்டுத் திட்டவட்டமாகச் சொல்லி விட்டுப் போய்விட்டார். இவ்வளவு பெரிய தொகைக்கு எங்கே போவது? தன் கணவர், மருத்துவர் போட்டு விட்டுச் சென்ற ஊசி மருந்தால் தூங்கிக் கொண்டிருந்தார்.

மகன் மருத்துவமனைக்கு வந்து தன் அப்பாவைப் பார்க்க வந்த நண்பர்களை வழியனுப்பச் சென்றிருந்தான். பார்க்க வந்தவர்கள் கொண்டு வந்திருந்த ஆப்பிள், ஆரஞ்சு, ஹார்லிக்ஸ் வகையறாக்களை மேஜையில் ஒழுங்குபடுத்திக் கொண்டு இருந்தாள்.

அது ஒரு பெரிய மருத்துவமனை, வராந்தாவில் எந்நேரமும் நர்ஸ்கள், பார்வையாளர்கள் எனப் போவதும் வருவதுமாய் இருந்தனர். அந்த வார்டு மூன்றாவது மாடியில் இருந்தது. ஜன்னல் வழியே கீழே எட்டிப் பார்த்தாள். பெரிய வளாகம். அதன் ஓரத்தில் கார்கள் வரிசையாக அணிவகுத்து நின்றிருந்தன. அங்குப் புதியதாக ஒரு கார் வந்திருந்ததையும், தன் மகன் அரவிந்த் அதன் அருகே செல்வதையும் பார்த்தாள். இவருடைய மச்சானும் அக்காவும்தான் காரிலிருந்து இறங்கி அரவிந்தோடு பேசுவதும் தெரிந்தது.

அரவிந்த் கல்லூரியில் பொறியியல் முடித்துவிட்டுச் சரியான வேலை அமையாமல் இந்த நான்கு வருடமாய் அங்குமிங்குமாய் அலைந்து கொண்டிருக்கிறான். அப்பாவிற்கு உடல்நலம் குன்றியதி லிருந்து உற்சாகம் இல்லாமல் இருக்கிறான்.

வெளியூரில் சிவராமன் தனியார் பயிற்சிப் பள்ளியில் வார்டனாக இருந்தான். மனைவி மனோன்மணி செகண்டரி கிரேடு ஆசிரியையாகப் பணியிலிருந்தாள். இருவருமே பணியிலிருந்தாலும் அரசு ஊதியம் வாங்குகிறவர்கள் என்று சொல்லிவிட முடியாது.

சிவராமன் பணிநிறைவு பெற்றதும் தனக்குக் கிடைத்த பணத்தில் வீட்டைக் கட்டியிருந்தான். தன் மகள் பர்வதவர்த்தினிக்கு நல்ல வரன் வந்ததும் திருமணம் செய்துவிடலாம் என்ற நோக்கில் கையில் பணம் இல்லாத நிலையில், வீட்டின் மீது கடன் வாங்கிப் பர்வதவர்த்தினியின் திருமணத்தையும் நல்லபடியே முடித்துவிட்டான்.

“ஈச்சனாரி கோயிலுக்குப் போய்ட்டு வர்றோம். அதனாலே லேட்டாயிடுச்சு” என்று சொல்லிக் கொண்டே கோயில் பிரசாதத்தை

எடுத்து மனோன்மணி கையில் கொடுத்தாள் கிருஷ்ணவேணி... சிவராமனின் அக்கா.

"ஆகா... தன் தம்பி நல்லாகணும்கறதுக்காகக் கோவிலில் போய் வேண்டிக் கொண்டு வந்திருக்கிறார்களே அக்கா..."

"பழைய காரைக் குடுத்துட்டுப் புதுக்கார் வாங்கினெ... ஈச்சனாரி போய் கார் பெயருக்கு அர்ச்சனைப் பண்ணீட்டு வந்தோம்."

அக்காவுக்குத் தன் தம்பி மீதுதான் எவ்வளவு பாசம் என்று நினைத்து முடிப்பதற்குள், ஈடு தேங்காய் போட்டுத் தன் புதுக் காருக்காகச் சாமி கும்பிடப் போனோம் என்று பச்சையப்பன் வெட்ட வெளிச்சமாக்கிட்டாரே... ஆமாம் சிவராமனின் மச்சான்.

இரண்டு, மூன்று மணி நேரம் நன்கு தூங்கட்டும் என்று மருத்துவர் சொல்லிவிட்டுப் போனதையும், யாரும் தொந்தரவு செய்யக்கூடாது என்று மனோன்மணி சொன்னதைக் கூடக் காதில் வாங்கிக் கொள்ளாமல், காரின் விலை பன்னிரண்டு லட்சம் என்பதையும் சுகமான பயணம் என்றும் தொடர்ந்து பச்சையப்பன் சொல்லிக் கொண்டேயிருந்தார்.

கிருஷ்ணவேணி தூங்கிக் கொண்டிருந்த சிவராமனையே பார்த்துக் கொண்டிருந்தாள். எப்படி இளைத்துப் போய் இருக்கிறான்? கண்களில் கண்ணீர் கோத்து நின்றது.

நான்கு மணி நேரம் கடந்து விட்டிருந்தது. சிவராமன் திரும்பிப் படுத்தவன் இலேசாய்க் கண்விழித்துப் பார்த்தான். கண்களிலும் கன்னங்களிலும் குழி விழுந்திருந்தன. ஒரு வாரமாய் முகச்சவரம் பண்ணாத நிலையில் வெள்ளை முடிகள் கன்னங்களில், முகவாய்க் கட்டையில் முளைத்திருந்தன. முதலில் விழித்ததும் தன் மனைவி எங்கே என்றுதான் தேடின.

"ஏனுங்க ஏதாச்சும் சாப்டுறீங்களா..." என்று வந்தவள் அவனின் அக்கா, மச்சான் வந்துவிட்டுப் போனதையும், சிகிச்சைக்காகப் பணத்திற்கு என்ன பண்ணி வச்சிருக்கீங்க என்று நக்கலாகச் சிரிச்சுகிட்டே போகிற போக்கில் கேட்டுவிட்டுப் போனதையும் ஹார்லிக்ஸ் கலந்துகொண்டே சொல்லி வைத்தாள் மனோன்மணி.

"ஆத்த வேண்டாம்..." என்றவாறே சூடாய் இருந்த ஹார்லிக்ஸை வாங்கிக் கொஞ்சம் கொஞ்சமாய்க் குடிக்க ஆரம்பித்தான்.

"கொஞ்ச நேரம் இருந்து பாத்துவிட்டுப் போய் இருக்கலாமே..."

"ஏதோ அவசரமாம்..."

சிவராமனும் மனோன்மணியும் இருவரும் உத்தியோகஸ்தர்கள். எனினும் சொற்ப ஊதியம் வாங்குகிறவர்கள். பச்சையப்பனும் கிருஷ்ணவேணியும் கொழுத்த சம்பளம் பெறுகிறார்கள்.

இப்படித்தான் இருபதாண்டுகளுக்கு முன்பு சிவராமனுக்குத் தான் பார்த்த பணியில் சில சங்கடங்களைச் சந்திக்க நேர்ந்தது. பச்சையப்பனிடம் இதற்காக வாங்கிய கடனை அடைக்க முடியாமல் திண்டாடினான். மகள் படிப்பு, மகன் படிப்பு என்றும், வீட்டுக் கடன், அது இது என்று செலவுகளைச் சந்திக்கவே போதுமானதாக இருந்தது.

திடீரென்று பச்சையப்பன், தான் வேறொருவரிடமிருந்து வாங்கித் தனக்குக் கடனாகக் கொடுத்ததாகவும் இப்போது அவன் தன்னை நெருக்குகிறான் என்று அதனுடன் வட்டியையும் சேர்த்து ஒரு பெரிய தொகையையும் சேர்த்துச் சொன்னபோது இதயமே நின்றுவிடும் போல் இருந்தது.

எப்படித் திரும்பிச் செலுத்துவது?

எப்பவோ வாங்கிப் போட்ட வீட்டுமனை ஐந்தரை சென்ட் இடம்தான் கண் முன்னால் வந்து நின்றது.

விற்ற பணத்தில் அசலும் வட்டியும் சேர்த்துக் கொடுத்தது போக டூ-வீலர் ஒன்று வாங்கத்தான் ஆயிற்று.

அசையாச் சொத்தை விற்று அசையும் சொத்தை வாங்கியது போலாயிற்று.

அக்கா கிருஷ்ணவேணி, நடக்கும் சம்பவத்தைப் பார்த்துக் கொண்டு இருப்பாளே ஒழிய வேறு எந்த வார்த்தையையும் உதிர்த்துவிட முடியாது. தன் தம்பிக்குச் சாதகமாய் ஏதாவது பேசினால் ‘உன் தம்பிதான் காக்கும் கடவுள்... இங்கிருக்காதே போய்விடு...’ என்று பச்சையப்பன் தடாலடியாகச் சொல்லி விடுவான்.

சிவராமன் பயிற்சிப் பள்ளியில் பணியாற்றிக் கொண்டிருக்கிற போது, பயிற்சியாளர்களை அழைத்துக் கொண்டு கல்விச் சுற்றுலாச் சென்று வரும் பொறுப்பு வந்து சேர்ந்தது. ஒரு மாதம் சுற்றுலா. பயிற்சியாளர்கள் ஐம்பது பேர். அவர்களுக்குத் தேவையான உணவு, கல்விச் சுற்றுலாப் பேருந்துக்கான எரிபொருள் செலவு, ஓட்டுனருக்கான செலவு பயிற்சியாளர்களிடமிருந்து பாதித் தொகையும், மீதியைப் பயிற்சிப்பள்ளி நிர்வாகத்திடமிருந்தும் பெறப்பட வேண்டும். சுற்றுலாச் செல்வதற்கு இன்னும் பத்து நாள்கள் இருக்கின்றன.

இடையில் வெளியூரில் நடைபெறும் திருமணத்திற்குப் போயாக வேண்டும். இரண்டு நாள்கள் விடுப்பு எடுக்க வேண்டிய நிலை. விடுப்பிற்குப் பின் நீங்கள் திரும்பி வரும்போது அரசு விடுமுறை. எனவே பணத்தைப் பெற்றுக் கொள்ளுங்கள் என்று பயிற்சிப் பள்ளி சுற்றுலாவிற்கான பணத்தை விடுவித்துவிட்டது. பயிற்சியாளர்களிடமிருந்தும் மீதிப் பணமும் வசூலாகிவிட்டது.

பணத்தை எங்கு வைப்பது? விடுப்புப் பெற்றவன் மொத்த பணத்துடன் திருமணத்திற்குப் புறப்பட்டுவிட்டான். அப்போது சிவராமன் கையில் மொத்தம் முப்பதாயிரம் இருந்தது. அன்றைய சூழலில் பெருந்தொகை.

திருமணத்திற்குப் பச்சையப்பனும் வந்திருந்தான். இரவு முழுக்கத் திருமண நிகழ்ச்சியில் கலந்துகொள்ள வேண்டியிருந்ததால், பணம் தன்னிடம் இருப்பதைவிடத் தன் மச்சான் கொண்டு வந்திருந்த சூட்கேஸில் பத்திரமாக இருக்கட்டும் என்று அவரிடம் கொடுத்து "வைத்திருங்கள்" என்று சொல்லிவிட்டான். இரண்டு நாள்கள் அங்கே இங்கே என்று இருக்க வேண்டியது ஆகிவிட்டது. மூன்றாம் நாள் புறப்படும் போது "மச்சான் பணம்..." என்றான்.

"இதோ..." என்று சொல்லி சூட்கேஸைத் திறந்து பணத்தை எடுத்தவன், கூடவே ஏதோ ஒரு வெள்ளைத் தாளையும் எடுத்தான். அதில் ஏதேதோ எழுதப்பட்டிருந்தன.

பணத்தைச் சிவராமனிடம் கொடுத்தான் பச்சையப்பன். பணத்தை வாங்கிக் கொண்ட சிவராமன் எண்ணிப் பார்த்துவிட்டுப் பச்சையப்பனைப் பார்த்தான். "ஏதேதோ பழைய கணக்கிருக்கிறது. நீ கொடுக்க வேண்டியது வட்டியுடன் சேர்த்து பதினொரு ஆயிரம்" என்றவன், அந்த வெள்ளத்தாளை எடுத்து வாசிக்க ஆரம்பித்தான்.

சிவராமனால் வேறு எதையும் பேச முடியவில்லை. வாய் அடைத்துப் போய் நின்றான்.

'டூர் இன்சார்ஜ்... டூ ரிங் ஆபீசர்...' எல்லாம் கந்தலாகிவிட்டதே!

பல ஆண்டுகளுக்கு முன்பு நடந்த சம்பவங்களை இப்போது நினைத்தாலும் துயரம் சூழ்ந்து கொள்ளும்.

துண்டு விழும் பதினொரு ஆயிரத்தைச் சரி பண்ணிக் கொள்ளலாம் என்று தள்ளிவைக்கக்கூடியதா. டூர் ஆரம்பிப்பதற்குள் சரி பண்ணியாக வேண்டியிருக்கிறதே. இதைச் சரிக்கட்ட வேறு எங்கெங்கோ அலைந்து கொண்டு இருந்த போது தான் தன்னோடு படித்த சிநேகிதன் புஷ்பாகரன் "பயப்படாதே!" என்று சொல்லி மூன்று மாதத்திற்குள்

பணத்தைத் திருப்பி கொடு என்றும், அதற்கு வட்டி வேண்டாம் என்றும் சொல்லி விட்டான். கும்பிடப் போன தெய்வம் குறுக்கே வந்தது போல. அது அவன் பணம் அல்ல. வேறொருவரிடம் வாங்கியது.

தன் தம்பி என்ன கஷ்டப்படுகிறானோ அவனிடம் எதற்கு இப்படிப் பணத்தைக் கறக்கிறீர்கள். எத்தனை பணம் வாங்கி வைத்தீர்களோ அத்தனையையும் கொடுத்து விடுங்கள் என்று சொல்ல மாட்டாளா என்று சிவராமன் எதிர்பார்த்தான். அவளும்தான் திருமணத்திற்கு வந்திருந்தாள். எல்லாவற்றையும் பார்த்துக் கொண்டு தானே இருந்தாள்.

என்ன செய்வது... சொல்லிவிட்டால் அடி உதைக்கு ஆளாக வேண்டி வருமே...

"உனக்கென்ன வதியான அக்கா, மச்சான் இருக்காங்க. பணம் முடைன்னா தீர்த்துவைக்க மாட்டாங்களா..."

நண்பர்கள் வட்டாரம் ஆர்ப்பரிக்கும் போது அவனும் மனதிற்குள் நினைத்துக் கொள்வான்.

அப்துல் கலாமிற்குச் சகோதரி ஜோஹரா உதவியதுபோல், இந்தச் சிவராமனுக்குச் சகோதரி கிருஷ்ணவேணி உதவுகிறவள் தானே என்று நினைத்தவாறே சிரித்துக் கொள்வான்.

சிவராமன் முழுசாய்க் குணமடைந்து வீடு திரும்ப ஆறு லட்சம் ரூபாய் செலவாகுமாம்.

மாலை நேரம்-

"என்ன சிவராமன்..." என்று சொல்லிக் கொண்டே டாக்டர் உள்ளே வந்தார். பின்னாலேயே நர்ஸ்கள்.

"நல்லாத் தூங்கினீர்களா..." சிவராமனின் பதிலை எதிர்பாராமப் பேசிக் கொண்டே போனார்.

டாக்டர் பேசியது எதுவும் அவன் காதில் விழவில்லை. கட்ட வேண்டிய பணம் பற்றியே சிந்தித்துக் கொண்டு இருக்கிறான்.

மனோன்மணியிடம் நர்ஸ் சிவராமனுக்கு எந்தெந்த மாத்திரை எந்தெந்த நேரத்தில் கொடுக்க வேண்டும், காப்ஸ்சூல் எப்போது கொடுக்க வேண்டும் என்று சொல்லியவாறு இருந்தார்.

வந்தவர்கள் அனைவரும் வெளியேறவும் உள்ளே மகளும் மருமகனும் வந்தார்கள்.

தனக்குச் சீதனமாய்ப் போட்ட நகைகளை விற்றுக் கிடைத்த பணத்தை மருத்துவத்திற்குக் கட்டிவிடலாம் என்று இருவரும் சேர்ந்து முடிவெடுத்துள்ளதைச் சொன்னபோது, சிவராமனும் மனோன்மணியும் அழுதே விட்டார்கள். அவர்கள் அதை ஏற்றுக் கொள்வார்களா என்ன?

சிவராமன் தன் மச்சான் பச்சையப்பனிடம் ஒருவேளை பணம் பெற வேண்டிய சூழ்நிலை வந்தால்... மச்சான் பணம் எல்லாம் கட்டி விடுவான். ஆனால் ஒரு மாதத்திற்குள் வந்து சொல்வான் கட்ட வேண்டிய வட்டி இவ்வளவு, ஒவ்வொரு மாதமும் இத்தனாம் தேதிக்குள் கொடுக்க வேண்டும் என்று கறார் பண்ணுவான். பச்சையப்பனிடம் பணம் பெறும் பட்சத்தில் நெஞ்சுக்குள் வந்த அடைப்புகள் நீக்கிச் சீராக்கி விடலாம். ஆனால், அதற்குப் பின் பச்சையப்பன் கொடுக்கிற டார்ச்சரில், இலங்கை வேந்தன் கலங்கி நிற்பதற்கு உதாரணம் காட்டுவார்களே, கடன் பட்டார் நெஞ்சம் போல என்று... மச்சான் பச்சையப்பனிடம் கடன்பெற்று நெஞ்சுக்குள் வந்த அடைப்புகளை நீக்கிச் சீராக்குவதைக் காட்டிலும் எவ்வளவு கொடியது கடன்பட்ட நெஞ்சு வேதனைப்படுவது... ஆனால் அடைப்புகள் இருக்கும்போது நெஞ்சுபடும் வேதனையைவிட, அடைப்பு நீக்கப்பட்ட பிறகு பட்ட கடனுக்கு வட்டி செலுத்துவதற்குக் கஷ்டப்படுகிற வேதனை இன்னும் அதிகம்... என்று பலவாறாகச் சிந்தித்தவாறே தூங்கிப் போனான்.

அடுத்த நாள் -

மருத்துவமனை... பார்வையாளர்களுக்கான பகுதியில் கூட்டம் நிரம்பி வழிந்தது.

“உன் தங்கச்சி வீட்டுக்காரரை எந்த வார்டில் அட்மிட் பண்ணிருக்காங்க... அவருக்கென்ன?” கேட்டாள் கிருஷ்ணவேணி.

கிருஷ்ணவேணியின் கேள்விகளுக்குப் பதில் சொன்னவள் தங்கள் இருவருக்குமிடையே இருந்த நட்பைப் பெருமை பொங்க நினைவு கூர்ந்தாள் அமுதவல்லி.

“ஆமாம்... கல்லூரியில் படிக்கும்போது ஆணாதிக்கத்தை எதிர்த்துப் போர்க்கொடி தூக்கியும் ‘ஆரோக்கியம் தருமா ஆணாதிக்கம்’ என்ற தலைப்பில் நடந்த பேச்சுப் போட்டியில் நீ முதல் பரிசு பெற்றதும் இன்னும் பசுமையா மனசிலே இருக்கு.”

“அதெல்லாம் பேச்சோடு சரி... செயல்பாடுகளில் சரி வருமா... வருதா சொல் அமுதா... இன்னிக்கு உன்னைப் பார்த்ததுகூட பழைய கிருஷ்ணவேணியா என்னைப் பாத்துகிட்டு வந்திருக்கிற நேரத்துலதா...”

என்றவள் கர்ச்சீப்பை எடுத்து முகத்தைத் துடைத்துவிட்டு மூக்கைச் சிந்தியவாறே தொடர்ந்தாள்.

"என் தம்பி சிவராமனுக்கு பைபாஸ் சர்ஜரி நடக்கப் போகுது... அது விசயமாத்தா வந்தெ... பண முடையால் தவிக்கிறான். என் ஆத்துக்காரர் கொடுத்தார்னா வட்டி வட்டின்னு ஆளையே முடிச்சுப் போடுவார். என்னோட பொறந்தவனுக்கு இந்தச் சமயத்துலெ உதவலீனா... நா மனுஷியில்லெ... அவன் நல்லா குணமடைஞ்சு வரட்டும். நா இருக்குறெ, கவலைப்படாதீடான்னு சொல்லப் போறேன்" என்று கண்கள் பனிக்கச் சொன்னவள் எழுந்தாள்.

டாக்டர்கள் மூலமும், மருத்துவமனை மூலமும் விபரம் தெரிந்து கொண்டிருந்த கிருஷ்ணவேணி, தன் தம்பிக்காகப் பணம் கட்டுவதற் காகக் கவுண்ட்டரை நோக்கி வேகமாய்ச் செல்வதை வியப்புடன் பார்த்துக் கொண்டிருந்தாள் அமுதவல்லி.

புருஷன் இவளைக் கொத்தடிமையாய் வைத்திருக்கிறான் என்கிறார்களே... ஒரு செல்போன் கூடத் தனக்காக வாங்கி வைத்துக் கொள்ளத் தைரியம் இல்லாதவள் என்கிறார்களே... அவள் புருஷனுக்கு அடிமைச் சாசனம் எழுதிக் கொடுத்து விட்டு வாழ்க்கை நடத்து கிறாள் என்றும் சொன்னார்களே. இப்போ இவள் செய்கை... அப்படி நானில்லை என்றல்லவா காட்டுகிறது. 'ஆரோக்கியம் தருமா ஆணாதிக்கம்' என்று தான் பேசிய பேச்சைச் செயல்படுத்தியிருக் கிறாள் என்று மேலும் வியந்து அவள் செல்வதையே பார்த்துக் கொண்டு இருந்தாள் அமுதவல்லி.

ஓம் சக்தி - மே 2019

தண்ணீர்... தண்ணீர்...

பெரியதாய்ச் சுவரில் மாட்டப்பட்டிருந்த படங்களையே பார்த்துக் கொண்டு இருந்தார் ராம்பிரசாத். ஆமாம் இரண்டு படங்கள்... ஒன்று மனைவி செண்பகவல்லி... இரண்டு தனது மகன் விஸ்வநாத்... மலர் மாலைகளால் படங்கள் அலங்கரிக்கப்பட்டு இருந்தன. ஒவ்வொரு கணமும் விஸ்வநாத் படத்திற்கு மாலை எதற்கு என்று மனம் தடுமாறும். காலையிலோ மாலையிலோ ஒரு பார்வை பார்த்து மனதிற்குள் வணக்கம் செலுத்தி விட்டுப் பின் தன் காரியங் களைத் தொடர்பவர். இன்று ஏனோ மதிய உணவை முடித்துக் கொண்டவர் தனது அலுவலகத்திற்குச் செல்லாமல் இரண்டு படங்களையும் மாறி மாறிப் பார்த்தவாறிருந்தார். கண்களில் நீர் கோர்த்து நின்றது. நெஞ்சு விம்மி விம்மித் தணிந்து கொண்டிருந்தது. சிரித்துக் கொண்டே மனைவி செண்பகவல்லி தன் தோளைத் தொட்டு விட்டுச் சென்றது போலொரு பிரம்மை. டாட்... என்று உரக்கச் சொன்னபடியே பின்னால் இருந்து முதுகில் சாய்ந்து கொண்டு கழுத்தைத் தன் இரு கைகளாலும் வளைத்தவாறே முத்தமிட்டுவிட்டு ஓடுவதுபோல், ஒரு பிரமை... ஆமாம் மகன் விஸ்வநாத் பற்றிய எண்ணம் விரிந்து நின்றது.

எங்கேயோ தென்கோடியில் இருக்கிற கன்னியாகுமரி மாவட்டத்தில் உள்ள ஒரே ஊரைச் சேர்ந்தவர்கள் தாம் ராம்பிரசாத்தும் செண்பகவல்லியும். சிறிய கிராமம். அவர்கள் ஊரின் அருகாமை யிலிருந்த நகரில்தான் இருவரும் பயின்றார்கள். பள்ளி கல்லூரி சென்று படிக்கும் போதே இருவருக்குள்ளும் போட்டி... மதிப்பெண்கள் பெறுவதில் ஒருவருக்கொருவர் சளைத்தவர்கள் இல்லை. தப்பித்தவறி மதிப்பெண்களில் வித்தியாசம் அதிகம் வந்து விட்டால் போச்சு... சண்டைதாம். வாக்குவாதம் என்று தூள் பரத்தும்.

இரண்டு வீட்டாரும் இவர்கள் சண்டை போடுவதையும் தர்க்கம் பண்ணுவதையும், ஆங்கிலத்தில் கலந்துரையாடுவதையும் பார்த்தும் கேட்டும் ரசித்துக் கொள்வார்கள். இரண்டு வீட்டாரும் படிப்பில் அவ்வளவு தேர்ச்சி பெற்றவர்களில்லை. இவர்களைப் பற்றியப் பெருமிதம் கொண்டது தவறில்லைதானே. படிப்பது பற்றியப் பெருமை கொண்டவர்கள் ராம்பிரசாத்தும் செண்பகவல்லியும் ஒருவரை ஒருவர் விரும்புகிறார்கள் என்பதையும் திருமணம் செய்து கொள்ள ஆசைப்படுகிறார்கள் என்பதையும் ஏனோ செண்பகவல்லி

வீட்டார் விரும்பவில்லை என்பது தெளிவாகி விட்டது. இருவருக் குள்ளும் சாதிப் பிரச்சினை இல்லை உறவினர்கள் தாம்.

செண்பகவல்லி பெரிய பணக்காரக் குடும்பத்தைச் சேர்ந்தவள். அதற்கு நேர்மாறாக ராம்பிரசாத் குடும்பம் இருந்தது. அந்த ஊரிலேயே மிக ஏழ்மையான குடும்பம். செண்பகவல்லியும் ராம்பிரசாத்தும் கல்லூரிகளில் விரிவுரையாளர் பணிக்குத் தேர்வாகிவிட்டவர்கள். எந்தச் சூழ்நிலையிலும் ராம்பிரசாத்திற்குச் செண்பகவல்லியைத் திருமணம் செய்து கொடுக்க முடியாது என்று பிடிவாதமாக மறுத்தார்கள். வேறு இடத்தில் டாக்டர், கலெக்டர் என்று செண்பகவல்லிக்கு மாப்பிள்ளை தேடிக் கொண்டிருந்தார்கள்.

அந்த நிகழ்வைச் சந்தித்து விடக்கூடாது என்று பெரும் தடைகளை எல்லாம் தாண்டி கோயமுத்தூர் நோக்கி வந்தவர்கள்தாம். நண்பர்கள் நிறையப் பேர் கோவையில் இருந்தார்கள். பேரூர் பட்டீஸ்வரர் ஆலயத்தில் திருமணம். செண்பகவல்லி குடும்பத்தார் அங்கும் இங்குமாய்த் தேடிக் கொண்டு இருந்தார்கள். அதற்குள் செண்பகவல்லி ராம்பிரசாத்தின் மனைவி ஆகிப் போனாள்.

ராம்பிரசாத் செண்பகவல்லியைத் திருமணம் செய்வதற்குள் பட்ட சிரமங்கள் ஒவ்வொன்றாய் மனதிற்குள் வந்து நின்று தொல்லைப்படுத்தும். தனியார் கல்லூரியில் விரிவுரையாளர்களாகப் பணியாற்றும் போது சொற்ப சம்பளத்தில் பணியாற்றுவதற்குப் பதிலாகத் தாமே ஒரு பள்ளியை ஏற்படுத்தி நிர்வகித்தால் என்ன என்று இருவரது மனதிற்குள்ளும் ஏற்பட்டுவிட்ட சிந்தனைதான் இடம் வாங்க வேண்டும் என்ற நிலையை ஏற்படுத்திவிட்டது.

செண்பகவல்லி குடும்பத்தார் பேசிய கடுஞ்சொற்களே ராம்பிரசாத்தை வெறி கொள்ளச் செய்து விட்டன. தான் பார்த்த இடம் மேடுபள்ளமாய் இருந்தது. சிறுசிறு முட்செடிகள். ஆங்காங்கே பரப்பி விட்டாற்போல வெங்கச்சாங் கற்கள் சிறு சிறு உருண்டை களாய்த் தெரிந்தன. கண்ணுக்கெட்டிய தூரம் வரை இந்தக்காட்சி தான். ஆடுமாடுகளைத் தெரியாமல் இங்கே மேய விட்டாலோ அல்லது அவை தாமாகவே இந்தப் பூமிக்குள் வந்து நுழைந்து விட்டாலோ ஏமாற்றம்தான். மேச்சலுக்கான தாவர வகைகள் ஏதும் இல்லாத பொட்டல் காடு.

பெரியதாய்ப் பரந்து கிடந்த இந்த இடத்திற்குள் தான் ராம்பிரசாத் தொடங்க இருக்கும் பள்ளிக்கான இடமும் இருந்தது. தண்ணீர் வேண்டுமே... வெயிலுக்கும் மழைக்கும் ஒதுங்கக்கூட நிழல் தரும் மரங்கள் ஏதும் இல்லாத இடத்தில்...

600 அடி ஆழத்தில் ஆழ்துளைக்கிணறு. அதிர்ஷ்டம் ராம்பிரசாத் பக்கம் இருந்தது. குபுகுபுவென்று தண்ணீர் மளமளவென்று பள்ளிக்கான கட்டிடம் எழுந்தது. கட்டி முடித்துப் பள்ளியில் மாணவர்கள் சேர்க்கையும் நடந்து முடிந்து வகுப்பு தொடங்கப்பட்ட நேரம். என்ன மாயமோ ஆழ்துளைக்கிணறு தன் கண்களை மூடிக் கொண்டு பற்களைக் காட்டியவாறு இளித்தது. ஆங்காங்கே ஐந்து ஆழ்துளைக் கிணறுகள் தோண்டியும் தண்ணீர் கிடைத்தபாடில்லை.

ஒரு கிலோமீட்டர் தொலைவில் தானே வற்றாத ஜீவநதியாக ஓடிக்கொண்டிருக்கும் ஆறு. அப்படியிருந்தும் தோண்டிய ஆழ்துளைக் கிணறுகளில் நீரைக் கண்டு பிடிக்க முடியவில்லையே. ஆற்றையே பள்ளிக்கட்டிடம் இருந்த இடம் நோக்கித் திருப்பிவிட்டால்...

ஆடு மாடுகளுக்கு மேய்ச்சலுக்கான மேய்ச்சல் நிலமாக உருவாக்க வேண்டும் அப்படித்தான் பெயர் சூட்டப்பட்டது.

இப்போதுதான் ராம்பிரசாத்திற்கு நிம்மதி. தன் கல்விக் கூடத்திற் குள்ளேயே ஆற்றுத் தண்ணீர். இரவு முழுக்க பள்ளிச் சுற்றுச்சுவரைக் குடைந்து எடுத்த பகுதியிலிருந்து குழாய் மூலம் ராட்சசத் தொட்டிற்குத் தண்ணீரை ஏற்றி நிரப்ப விடுவார்கள். சுத்திகரிக்கப்பட்ட தண்ணீர்.

இப்போது தண்ணீர் தண்ணீர் எங்கும் தண்ணீர் என்றாகி விட்டது. விஸ்வநாத் பிறந்த பிறகுதான் இப்படி ஒரு மாற்றம் குழந்தை பிறந்த யோகம் என்றார்கள்.

மாணவர் விடுதி, கேண்டீன் மரங்கள், மலர்ச் செடிகள் எங்கும் தண்ணீருக்கு ஏங்காமல் மகிழ்ந்து போய் இருந்தன. அணிஅணியாய் மாணவர்கள் வானாளவ உயர்ந்து நிற்கும் கட்டிடங்கள் யாரேனும் குற்றம் கண்டறிந்து கொண்டு ஊழியர்கள் வருவார்களே ஆனால் அவர்கள் வாய்தனை அடைத்துவிடுவார் ராம்பிரசாத். யார் வந்து குற்றமாகச் சொன்னாலும் அவர்களின் நாடிக்கேற்பச் சொல்லி அனுப்பியதும் உண்டு. இதுவரை யாரும் புகாரைத் தூக்கிக்கொண்டு பெரியதொரு பிரச்சினையை உருவாக்க வரவில்லை. பல்கலைக்கழக அளவில் பாடப்பிரிவுகளும் அதற்கேற்றாற்போல வகுப்புகளும் மிளிரும் கட்டிடங்களும் பரவசம் ஊட்டிக் கொண்டிருந்தன. நிற்பதற்கு நிழல் இல்லாமல் குடிப்பதற்குத் தண்ணீர் பற்றாக் குறையோடும்... அடேயப்பா எவ்வளவு நாட்கள்... சிரமத்தின் உச்சம்!

விருந்தினர் மாளிகையில் அழைப்பிதழில் குறிப்பிடப்பட்டிருந்த வர்கள் அனைவரும் வந்து தங்கத் தொடங்கி விட்டனர். உதவியாளர் வந்து சொல்லி விட்டுப் போனபிறகு தான் மனதில் நிம்மதி குடியேறியது. ராம்பிரசாத் முதல் மாடியிலிருந்த தன் அறையில் இருந்து ஜன்னல்

வழியே வெளியே பார்த்தார். நடுவானில் நிலா பரிவேடன் சூழ ஒளிர்ந்து கொண்டு இருந்தான். மேற்குத் தொடர்ச்சி மலையில் இருந்து வீசும் காற்றும் நிலவின் தனியொரு அறையில் உள்ளே எட்டிப்பார்த்தது. வளாகம் முழுக்கக் கண்களைச் சுழல விட்டார். விடிந்ததும் விழாக்கோலம் பூணுவதற்கான அடையாளம் எங்கும் இறைந்து கிடந்தது. நடைபாதைகள் அழகோடு மிளிர்ந்து கொண்டு இருந்தன. தோரணங்கள், பிளக்ஸ் போர்டுகள் என்று ஆங்காங்கே வைக்கப்பட்டிருந்தன, சோடியம் வேப்பர் விளக்குகள் மஞ்சள் ஒளியை வீசியவாறு ஆங்காங்கே நிலவொளியோடு போட்டிப் போட்டிக் கொண்டு இருந்தன. ஏற்றாற்போல் நடைபாதைகளை பாதுகாப்பது போல் இருபுறமும் அடோனிஸ், ப்ரிம்ரோஸ், சூரியகாந்தி, டூலிப்ஸ், டப்பொடில்ஸ், க்ரோசஸ் மற்றும் ஹைசினிஸ் என்று வகை வகையான மலர்ச்செடிகள் மலர்ப்படுக்கைகள்போல் காட்சியளித்துக் கொண்டிருந்தன.

சுற்றுச் சுவர்களை ஒட்டியவாறு வரிசையாய்ப் பத்துப் பத்தடி இடைவெளிகளில் அசோகமரங்கள் தம் பச்சைப் பசுங்கிளைகளைத் தரையை நோக்கியிருக்குமாறு கட்டளை இட்ட வண்ணம் நின்றிருந்தன. மீண்டும் சுவரில் மாட்டப்பட்டிருந்த மாலைகளால் அலங்கரிக்கப் பட்டிருந்த மனைவி, மகன் படங்களைப் பார்த்தார். பதினைந்து கிலோ மீட்டர் தொலைவில் தன்னுடைய வீடு இருந்தது. அங்குப் போய் என்ன செய்ய? கடந்த ஒரு வருடமாய் இங்குத்தானே தன் ஜாகையை மாற்றிக் கொண்டு இருக்கிறார். பிரத்தியேகமாக வடிவமைக்கப்பட்ட அறை இது.

படங்களைப் பார்த்துக் கொண்டிருந்தவர் மீண்டும் ஜன்னல் வழியே பார்வையை வீசினார். முப்பதாண்டு கால உழைப்பில் அல்லவா இந்தக் கல்வி நிலையம் உயர்ந்து பிரம்மாண்டமாய் நிற்கிறது. நல்லகல்வி, ஒழுக்கம்... இங்குப் பயின்றவர்கள் பெரிய பெரிய பதவிகளில் அமர்த்தப்பட்டிருக்கிறார்கள். கல்வி நிலையத்தில் பயில எத்தனை பேர் தவம் கிடக்கிறார்கள். நல்லகல்வி நிலையம் தரமான கல்வி என்று பெயர் பெறப் பெறக் கல்வி நிலையம் இருக்கும் பரப்பும் விஸ்தரிக்கப்பட்டிருக்கிறதே... தண்ணீர் மட்டும் இல்லாமல் இருந்தால் இத்தனை கட்டிடங்களும் மரங்களும் செடி கொடிகளும் தோன்றி யிருக்குமா... என் செயல்களில் ஆங்காங்கே சில தவறுகள் நேர்ந்திருக் கலாம். தண்ணீரைக் கொண்டு வந்தது உட்பட நீரின்றி அமையாது உலகு... உண்மை தான். புரிந்தவர்தான். கேடில் விழுச் செல்வம் கல்வியைக் கொடுப்பதற்குத் தானே... எனது தவறு என்று ஏதும் இல்லையே.

இந்தக் கல்விநிலையமே செண்பகவல்லி பெயரில் தானே இருக்கிறது. விஸ்வநாத்தை மேலை நாட்டிற்குச் சென்று கல்வி பயின்று வரட்டும் என்று முடிவு செய்திருந்தேனே, எல்லாம் போச்சு... தனிமரமாகி விட்டேனே... எனக்கென்று யார் இருக்கிறார்கள்... பொங்கிப் பொங்கி வந்த அழுகை... அடக்க முடியாமல் திணறினார். விடிந்தால் விழா நிகழ்ச்சிகள் தொடங்கப் போகின்றன. சென்ற ஆண்டு இந்த நேரம்... நினைக்க ராம்பிரசாத் மனம் துவண்டு கொண்டு இருக்கிறதே...

இப்படியே துயரத்தில் மூழ்கிக் கொண்டிருந்தால் விழாவை எப்படி முன்னின்று நடத்துவது. தைரியமாக இரு... எனக்கென்று யார் இருக்கிறார்கள் அனாதை ஆகிவிட்டேனே என்று புலம்பித் தவிக்கிறாயே... நாளை உன்னை மையப்படுத்தியே அனைவரும் பேசப் போகிறார்கள். உன் உழைப்பு, தியாகம் என்று ஒவ்வொன்றாய்ப் பட்டியலிடப் போகிறார்கள்.

தன் மனைவி, மகனை இழந்த பின்னும் தைரியத்தை இழக்காமல் தனி ஒருவனாய் இப்படியொரு பிரம்மாண்டமான கல்வி நிலையத்தை நிர்வகித்து வருகிறாரே. சிறப்பு விருந்தினர்கள் தங்களது மேடைப் பேச்சில் இப்படி ஒரு புகழாரம்.

ராம்பிரசாத்தின் கண்களில் கண்ணீர் பிரவாகம் ஆனந்தம் குடிபுகுந்து, வெளிப்பாடாய் வரும் கண்ணீரா, அல்லல் பட்டுக் கொண்டு அமைதியோடு உட்கார்ந்திருக்கிறாரே அனுமானிக்க முடியாத நிலை.

'நாங்கள் உடல்ரீதியாக உங்கள் முன் நடமாடிக் கொண்டிருக்கா விட்டாலும், உள்ளத்தோடு ஒன்றிப்போய் உங்களோடுதானே இருக்கிறோம். நீங்கள் ஒன்றும் தனி மரம் இல்லை. இதோ உங்கள் முன்னால் செண்பகவல்லி கல்வி நிறுவனங்களில் பயிலும் நூற்றுக் கணக்கான மாணவர்கள் உட்கார்ந்து நிகழ்ச்சியைப் பார்த்துக் கொண்டிருக்கிறார்களே... அவர்களெல்லாம் உங்கள் மாணவர்கள் மட்டும் அல்ல... நீங்கள் பெறாத பிள்ளைகள்...' எங்கேயோ இருந்து அசரீரியாய் ஒருகுரல் காதில் விழுந்த வண்ணம் இருக்கிறது.

மறுபடியும் சென்ற ஆண்டு நடந்த துயரச் சம்பவம் உள்ளே வந்து உட்கார்ந்து கொண்டு மனசைக் கவ்வுகிறது. அப்படி என்னதான் நடந்தது. மறுபடியும் மறுபடியும் மனசைக் கவ்வுகிறதே... விழாவில் அணிவதற்கான கோட்டும் சூட்டும் வீட்டில் அல்லவா இருக்கிறது. ராம்பிரசாத் விழா ஏற்பாட்டில் தீவிரம் காட்டிக்கொண்டு இருக்கிறார். நாளை நடைபெறப் போகும் விழா சிறப்பாக நடைபெறவேண்டுமே...

பல்கலைக்கழகத் தரத்தில் வளர்ந்து கொண்டிருக்கும்போது எந்தவொரு குறையும் இருக்கக் கூடாதல்லவா.

“சரி நாங்க போய் உங்களுக்குத் தேவையான உடைகளை எடுத்துட்டு வந்தர்றோம். நீங்க அலைய வேண்டாம். எப்போதும் இல்லாத அளவுக்கு மழை வேறு. இப்போதுதான் ஓய்ந்திருக்கிறது. காலையில் சீக்கிரமாகவே வந்து விடுகிறோம்” சொல்லிவிட்டுச் செண்பகவல்லி, தன் மகன் விஸ்வநாத்துடன் புறப்பட்டாள். அப்போது மணி மாலை சுமார் ஏழைத் தொட இருந்தது. பதினைந்து கிலோமீட்டர் தொலைவில் தானே வீடு இருக்கிறது.

தார்ச்சாலை எங்கும் ஈரம் படர்ந்திருந்தது. இருமங்கிலும் நின்றிருந்த மரங்கள் தலையைத் துவட்டிக் கொள்ளாமல் மழை நீர்த்துளிகளை அப்பிக் கொண்டிருந்தன. அதென்ன... அங்கே கூட்டம் வாகனங்கள் எல்லாம் அப்படி அப்படியே நின்று கிடக்கின்றனவே... மாருதியை ஓட்டிக்கொண்டு வந்த விஸ்வநாத் எட்டிப் பார்த்தவாறே “அம்மா தண்ணீர் வெள்ளமாகப் போகுது. அதனால் தான் வாகனங்கள்...” என்று செண்பகவல்லியிடம் சொல்லிக் கொண்டிருந் தான். பசி வேறு வயிற்றைக் கிள்ளிக் கொண்டு இருந்தது. இன்னும் ஆறெழு கிலோ மீட்டர் தூரம் பயணித்தால் தானே வீட்டிற்குப் போக முடியும்.

வாகனங்கள் தயங்கிக் கொண்டு இருந்தன. பெருத்த இரைச்சலுடன் தரைப்பாலத்தில் தண்ணீர் பெருக்கெடுத்து ஓடிக் கொண்டிருந்தது. நேரம் கடந்து கொண்டிருந்தது. கேண்டீனில் ஏதாவது ஸ்நேக்ஸ் சாப்பிட்டிருக்கலாம். அம்மா கையால் சப்பாத்தியும் குருமாவும் சாப்பிடலாம் என்று தானே எதுவும் சாப்பிடாமல்...

அதோ வாகனங்கள் ஒவ்வொன்றாய் நகர்கிறதே... இதோ பேருந்து பெருத்த சப்தத்துடன் புகையைக் கக்கியவாறு கிளம்புகிறதே... நாமும் பின்னால் தொடர்ந்து சென்று விடலாம்... இரண்டு புறமும் நீரை வாரி இரைத்தவாறே செல்லும் பேருந்து மாருதி காரைக் கிளப்பி ஒரு நிமிடம் கூடப் பயணிக்க முடியாமல் திணறி போய் வெள்ளத்தில் சிக்கிப் புரண்டது.

விடிந்த பிறகுதான் எல்லாம் தெரிந்தது. கார் ஒரு பர்லாங் தொலைவுவரை வெள்ளத்தில் அடித்துச் சென்று கரை ஒதுங்கி யிருந்தது, பின் பக்க சீட்டில் அமர்ந்த நிலையில் அம்மா செண்பகவல்லி பிணமாக இருந்தாள். காரை ஓட்டிய விஸ்வநாத் எங்கே? டிரைவர் இருக்கை அருகே உள்ள கதவு திறந்து கிடந்தது. வெள்ளத்தில் கார் சிக்கிக் கொண்டது தெரிந்ததும் உடனடியாகக் கதவைத் திறந்து கொண்டு தப்பியிருப்பானா... அப்படியென்றால் அவன் எங்கே...

ராம்பிரசாத் தன் மனைவி செண்பகவல்லியை அடக்கம் செய்தவர் பிரம்மை பிடித்தவர் போல ஆகிவிட்டார். விஸ்வநாத் இறந்து விட்டானா... அப்படியென்றால் உடல் எங்கே?. சில பேர் சொல்வது போல் சித்தம் கலங்கிச் சுற்றித் திரிகிறானா... கடவுளே மகனைக் கண்ணில் காட்ட மாட்டாயா... சென்ற ஆண்டு நடந்து விட்ட துயரத்தை இப்போது அடக்க முடியாமல் மேடையில் அமர்ந்திருக்கிறோம், தன் முன்னால் மாணவர்கள் குழுமியிருக்கிறார்கள் என்றெல்லாம் நினைத்துப் பார்க்காமல் குலுங்கிக் குலுங்கி அழலானார் ராம்பிரசாத்.

இவரின் அழுகை கண்டு மாணவர்கள் பதறிப் போகிறார்கள் "ஐயா... நாங்க எல்லாம் உங்க பிள்ளைகள்..." 'ஆமாம்... இவர்களெல்லாம் நான் பெற்றெடுக்காத பிள்ளைகள் தானே. நான் ஏன் அழவேண்டும்.' சமாதானம் மனசை இலகுவாக்குகிறது.

ஆமாம் விஸ்வநாத் என்னதான் ஆகியிருப்பான். மழையில்லாக் காலங்களில் தரை பாலத்தை ஒட்டிய பள்ளத்தில் ஆங்காங்கே மணல் எடுத்துச் செல்வது வழக்கம். மணல் எடுத்து எடுத்து ஆங்காங்கே ஏற்பட்டிருந்த குழிகளில் ஒன்றை நோக்கி உடலை வெள்ளம் அடித்துச் சென்று தள்ளியிருக்கும். தண்ணீர் வரத்து இடைவிடாமல் சீற்றம் கொண்டு பாய்ந்திருந்ததால் மணல் குழியை மூடியிருக்கும். உடல் கண்டு பிடிக்கப்படாமல் போனதற்கு இதுதான் காரணம். பலபேர் இப்படித்தான் பேசிக் கொண்டிருக்கிறார்கள். ஆனால் ராம்பிரசாத் மட்டும்... விஸ்வநாத் என்றாவது ஒரு நாள் வருவான் என்று நம்பிக்கையோடு இருக்கிறார்.

பேசும் புதிய சக்தி ஜூன் 2019

ஜெய் ஆஞ்சநேயா...

இத்தனை ரசீது புத்தகங்களா... அப்பொ இவ்வளவு வசூலாகி யிருக்க வேணும்... பேப்பர்காரன் ஒன்னும் சும்மா செய்தி போடலை... 'சோதனைச் சாவடியில் கொள்ளையோ கொள்ளை...' என்ற தலைப்பில் நாறடித்திருக்கிறானே... பீடத்திற்குக் கோபம் வராதா என்ன? 'போய் என்னவென்று பார்த்துவிட்டு வந்து ரிப்போர்ட் பண்ணனும்...' காலை எட்டு மணிக்கு பீடத்திடமிருந்து போன் வந்ததும் தான் தனக்கே செய்தி தெரிந்தது. நாமே முதலில் செய்தி யைத் தெரிந்துவிட்டுப் பீடத்தின் காதில் போட்டிருந்தால் எவ்வளவு நல்லாயிருக்கும்... மிஸ் பண்ணிட்டோமே... பரவாயில்லை... அவர் சொன்னவுடனே விரைந்து நடவடிக்கை எடுத்து இருபத்தி ஐந்து கிலோ மீட்டர் சென்று அந்த அலுவலகத்தில் அலுவலரிடமிருந்து இரசீது புத்தகங்களை எல்லாம் கைப்பற்றி வந்தாச்சே... இனி பீடத்தைப் போய்ச் சந்திக்க வேணும்.

ஆமாம்... பீடத்தின் பார்வை தீப்பிழம்பாய் இருந்தது. 'என்னோட ஒறவுக்காரன் சொல்லிட்டுப் போயிருக்கிறான். பணத்தை வாங்கிட்டு இரசீது குடுக்கலையாம்... என்ன ரசீதுன்னு பாருங்க... பெரிய கொள்ளைக்காரனா இருப்பான் போலிருக்கே... உங்க ஆளு... இப்பொ வசூல் பண்ணீட்டுத் திரியறான். அவனை சஸ்பெண்ட் பண்ணனும்.

காட்டுக் கூச்சல் போட்டுவிட்டு உள்ளே போய்விட்டார் பீடம்.

மொபைல் அதிகாரி பீடம் கொடுத்த ஒரு துண்டுச்சீட்டைத் திரும்பித் திரும்பிப் பார்த்தவாறே வெளியேறினார்.

இரசீது புத்தகங்களையெல்லாம் திடீரென்று மொபைல் வந்து அள்ளிப் போன பிறகு தான் தனக்கு என்னவோ ஆபத்து வரப் போகிறது என்பதாக உணர்ந்தார் அலுவலர் இராமகிருஷ்ணன். பதட்டம் மனமெங்கும் வியாபித்துக் கிடந்தது.

சம்பந்தியாகப் போகிறவர் கோபியிலிருந்து போன் பண்ணி யிருந்தார். குமரனில் ஜவுளி எடுப்பது என்றும் மாரியம்மன் கோயிலில் உப்புச் சர்க்கரை மாற்றிக் கொள்வது என்றும் ஏற்கனவே தேதி உட்படத் தீர்மானித்தது தான் என்றாலும் காஞ்சிபுரம் பட்டு எடுக்க காஞ்சிபுரமே போகலாமா என்கிறாராமே சம்பந்தியம்மா. மண்டை காய்ந்தது சம்பந்திக்குத் தமக்கு வந்த சிக்கல் பற்றித் தெரியாமல் தானே

பேசிக் கொண்டு இருக்கிறார்... காஞ்சிபுரம் போய் பட்டு எடுக்கிற அளவிற்கு நாம் வசதி உள்ளவர்கள் என்று நினைத்திருக்கிறார்களே.

இரசீது போட்டவர்கள் தன் கீழ் பணிபுரியும் அலுவலர்கள் என்றாலும் ஒவ்வொரு தாள்களிலும் ஏற்கனவே தன் கையொப்பம் இடப்பட்ட தாள்கள் அல்லவா. இரசீது யார் போட்டிருந்தாலும் பிரச்சனை என்று வருகிறபோது தான் மட்டும்தான் முழுப் பொறுப்பிற்கும் உரியவன்.

நேரம் செல்லச் செல்ல பீடம் வகையறாக்களிடம் இருந்தும் தன் மேலதிகாரி வட்டாரங்களிலிருந்தும் வரும் தகவல் வயிற்றில் புளியைக் கரைத்துக் கொண்டு இருந்தது. அலுவலகத்திற்கும் வீட்டிற்குமாக ஒரு இடத்திலும் உட்காரப் பிடிக்காமல் நடந்து கொண்டு இருந்தார். தனது பணியாளர்கள் அனைவரும் தன்னைப் பாவப்பட்ட ஜென்மம் என்று நினைத்துத் தன்னைப் பார்ப்பது போலவும், சிலர் தன்னைப் பார்த்து எள்ளி நகைப்பது போலவும் மனசுக்குள் போராட்டம்.

மண்டலத்திடம் பீடம், அலுவலரைத் தற்காலிகப் பணி நீக்கம் செய்ய வேண்டும் என்று விடாப்பிடியாக வலியுறுத்தி வருவதாக தகவல் ஒன்று கடைசியாக வந்து சேர்ந்திருந்தது.

நேற்றுக் காலை வரை அமைதியாய்த் தெளிந்த நீரோட்டம் போல் இருந்த தன் நிலைமை இன்று சீற்றம் கொண்டு வீசும் புயல்போல் ஆகிவிட்டதே...

தன் ஒரே மகளுக்குத் திருமண ஏற்பாடுகள் நடந்துகொண்டிருக்கும் இந்த நேரத்திலா இப்படி ஒரு சூழ்நிலை வர வேண்டும்.

“அந்தப் பேப்பர்காரன் வ்ரும்போது பார்த்தா நீங்க செக்போஸ்ட்டிற்குப் போக வேண்டும். நீங்க யாரையோ பார்த்து கையை நீட்டி எச்சரிப்பது போல் இருக்கு... அதில் வந்த போட்டோ அய்யோ மாப்பிள்ளை வீட்டார் பார்த்தால் என்ன நினைப்பார் களோ... இந்தக் கல்யாணம் நல்லபடியா நடக்க வேண்டும் ஆஞ்சநேயா! இருபத்தி நாலு மணி நேரத்திற்குள் என்னவெல்லாம் நடந்து போயிருக்கு...” மனைவி ரேவதி குமைந்து கொண்டு இருந்தாள்.

எங்கேயோ மராட்டியத்தில் ஒரு ஊரிலிருந்து வந்து மலையோரத்தில் கொஞ்சம் நிலம் வாங்கினார். பாபா ஜெயகுரு தேவ் வாங்கிய நிலத்தைப் பண்படுத்தி அறுபது அடி உயர ஆஞ்சநேயர் சிலையை நிறுவியிருக்கிறார். தரிசாய்க் கிடந்த நிலம் இன்று எழில் கொஞ்சும் கோயிலாக மாறிப் போய் இருக்கிறது. ராமகிருஷ்ணன்

அந்த வழியாகத்தான் துறையால் கட்டப்பட்டு வரும் தடுப்பணை களைத் தணிக்கை செய்ய அடிக்கடி போய் வருவார். கித்தான்பை கொண்டு சணல் கயிறுகளால் சுற்றப்பட்டு தரையில் கிடத்தப்பட்டி ருந்தது சிலை. எடுத்து நிறுத்திச் சுற்றிலும் ஒரு ஆலயம் எழுப்பி நேற்றுதான் நாட்டிற்கு அர்ப்பணிப்பு செய்யப்பட்டு இருக்கிறது. ஆஞ்சநேயர் சிவபெருமான் அம்சமாம். நேற்று காலையிலிருந்து ஆஞ்சநேயரைத் தரிசிக்க எத்தனை கூட்டம் எதிர்பார்க்கவே இல்லை. நகரிலிருந்து காரில் பயணித்து வருவார்கள் என்று, எத்தனை எத்தனை கார்கள்.

இரவு ஆயிரக்கணக்கான குழல் விளக்குகள் ஜெகஜோதியாய் ஒளிர்ந்து கொண்டிருந்தது. ஆயிரக்கணக்கான பேர்கள் குழுமியிருந் தார்கள். அடர்வனம்போல் இருந்த இடம்... இருள் மண்டிக்கிடந்த இடம். அரசுக் காப்புக் காட்டின் எல்லையோரம் இன்று மைதானம் போல் ஆகியிருந்தது. கோவை போன்ற பெருநகரங்களே தோற்கும் வண்ணம் ஜனத்திரள்.

வரிசையாய் நாற்காலிகளில் அமர்ந்திருந்தார்கள். பெரியதொரு மேடை அதில் நடுநாயகமாக பாபா ஜெயகுருதேவ் அழகியதாய் வடிவமைக்கப்பட்ட இருக்கையில் அமர வசதியாக இருந்தது. நீண்ட அங்கி அணிந்திருந்தார். தலையில் டர்பன் கட்டியிருந்தார். அவர் முகத்தை மறைத்துக் கொண்டு தாடி வளர்ந்து கிடந்தது. கழுத்திலிருந்து ருத்ராட்சமாலை அடி வயிறு வரை தொங்கிக் கொண்டிருந்தது. மணிக்கட்டு வரை மூடியிருந்தது அங்கி முழுக்கை சட்டை போல தன் இடுப்பைச் சுற்றிப் பெரிய பாசி மணிமாலை. அது ஒருபுறம் தொங்கிக் கொண்டு இருந்தது. தன் முன்னால் அமர்ந்திருக்கும் பெரியதொரு கூட்டத்தை மகிழ்ச்சியும் செருக்கும் கலந்த நிலையில் ஒரு பார்வை பார்த்தார்.

பின்னணியில் ஐம்பது அறுபது அடி தூரத்தில் ஆஞ்சநேயர். அப்படியே பார்த்தால் சுமார் ஐநூறு அடி தூரத்தில் வனம். ஆஞ்சநேயரைச் சுற்றி வண்ண விளக்குகள். கீழே பாதத்தில் இருபுறம் ஆளுயரக் குத்து விளக்குகளில் நெய்யில் ஊறிக்கொண்டு எரியும் திரிகள் அதற்குப் பின்னால் விளக்குகள் ஒளிராத வனம் அடர் நீலத்தில்...

'ஜெய் ஆஞ்சநேயா...' என்று பெரிதாக முழங்கினார் பாபா ஜெயகுருதேவ்... அருகே மணி ஒன்று தொங்க விடப்பட்டிருந்தது. மறுபடியும் 'ஜெய் ஆஞ்சநேயா' என்று தான் சொன்னதும் கூட்டமும் பின் தொடர்ந்து திருப்பிச் சொன்னதும் அவருக்குள் மகிழ்ச்சி மின்னல். மறுபடியும் 'ஜெய்' என்று உரக்கச் சொல்லி தொங்கிக் கொண்டிருந்த மணியை அடித்தார். கூட்டம் பின் தொடர்ந்து

ஆஞ்சநேயா என்று குரலை உயர்த்தியது. இன்னும்... இன்னும்... அதே உச்ச ஸ்தாயில் பலமுறை முழங்கியது.

எழுந்து நின்று கைகூப்பியவாறே பார்த்தார். நல்ல உயரம், வாட்ட சாட்டமான உடல்வாகு. கூட்டம் தனக்குக் கட்டுப்பட்டு விட்டது.

'இதோ ஆஞ்சநேயரை ஏன் இங்கே கொண்டு வந்து நிறுவினேன் என்றால்...' என்று ஆரம்பித்தார். ஆங்கிலம் கலந்து இருந்தது. சுத்தமாய்த் தமிழ் பேச்சில்லை. மழலைப் பேச்சு... பின்னால் தெரிகிறதே மலை இது தான் சஞ்சவீ மலை என்று ஆரம்பித்தார். மொத்தக் கூட்டமும் ஆச்சரியத்தில் மூழ்கியது. என்ன சஞ்சீவி மலையா? ஒருவருக்கொருவர் நெற்றி சுருங்க பார்த்துக் கொண்டனர்.

இராவணனால் பிரயோகிக்கப்பட்ட சக்தி ஆயுதம் விபீஷணனை நோக்கி வருவதைக் கண்டு மனம் பதைத்துப் போய் இலட்சுமணன் குறிக்கிட்டான் அல்லவா. இலட்சுமணன் மார்பைத் தாக்கி மயங்கிப் போனானே... மயக்கம் தெளிய வேண்டும் என்றால் சஞ்சவீ மலையில் இருக்கும் மிருத சஞ்சீவி, விசல்ய கரணி, சாவர்ணய கரணி, சந்தானி கரணி என்ற மூலிகைச் செடிகள் வேண்டும். அவைகள் இந்த மலையில் தான் இருக்கிறது. மூலிகைச் செடிகளைப் பறிக்க வந்த அனுமனுக்குத் தேடிப் பறிக்க நேரமில்லை... மலையையே பெயர்த்துக் கொண்டு இலங்கைக்குச் சென்றான். இலங்கையை நெருங்க நெருங்கவே மூலிகைச் செடிகளின் காற்று பட்ட மாத்திரத்தில் இலட்சுமணன் மயக்கம் தெளிந்து எழுந்தான்.

அனுமன் திரும்பவும் சஞ்சீவி மலையை இங்கே கொண்டு வந்து வைத்து விட்டான். இதோ... இந்த மலைதான்... என்ற பாபா ஜெய குரு தேவ்வின் பிரசங்கம் தொடர்ந்து கொண்டு இருந்தது... என்ன... மேற்குத் தொடர்ச்சி மலையின் ஒரு பகுதியைப் பார்த்து சஞ்சீவி மலை என்கிறாரே... கூட்டத்திற்குள் சலசலப்பு. சலசலப்பைக் கண்டதும் பாபா ஜெயகுரு தேவ் பின் வாங்கினார். கொஞ்ச நேரம் அமைதி காத்தார். ஜெய் ஆஞ்சநேயா... இந்த மலை... சஞ்சீவி மலைக்குள் எத்தனை மூலிகைகள் காணப்பட்டதோ அத்தனை மூலிகைகளும் இந்த மலைக்குள் இருக்கிறது. அதனால் தான் சஞ்சீவி மலையாகவே இதைப் பாவித்து ஆஞ்சநேயரை இந்த மலையருகே நிறுவியிருக் கிறேன்... ஜெய் ஆஞ்சநேயா...

மக்கள் கூட்டம் அப்பாடா என்று பெருமூச்சு விட்டது. உணர்ச்சிப் பெருக்கால் எல்லாவற்றையும் மறந்துவிட்டு பாபா ஜெயகுருதேவின் குரலைத் தொடர்ந்து 'ஜெய் ஆஞ்சநேயா' என்று

முன்பைவிடப் பல மடங்கு உரத்ததாய் இருக்கும் வண்ணம் கோஷம் இட்டது கூட்டம்.

நேற்றிரவு நடந்த நிகழ்ச்சி ஒவ்வொன்றையும் வரிசைப்படுத்தி நினைவுக்குக்கொண்டு வந்திருந்தாள் ரேவதி. தாங்கள் அங்கு சென்ற போது ஆஞ்சநேயா மையத்தினர் எவ்வளவு மரியாதை கொடுத்து வரவேற்றனர். சம்பந்தப்பட்ட மலைகளுக்கு அதிகாரியாயிற்றே தன் கணவர்.

இரவு முடிந்து சூரியன் பூமிப்பந்தின் மீது தன் ஒளியைச் சிந்திய சிறிது நேரத்திற்குள் என்னென்னவோ நடக்கத் தொடங்கி நடந்து கொண்டிருக்கிறதே. விடிவதற்குள் என்ன மாயம் நடந்ததோ!

"நீங்க கொஞ்சநாள் விடுப்பில் இருங்கள். பிரச்சனை கொஞ்சம் அடர்த்தியாக இருக்கு... டைல்யூட் ஆகட்டும்... பீடத்தைப்போய் பார்க்க வேண்டாம். சாதியைச் சொல்லித் திட்டறார்... மாவட்ட அதிகாரி பாவம் என்ன பண்ணுவார்."

தன்னைச் சுற்றி என்ன நடக்கிறது என்றே தெரியவில்லை. செக் போஸ்டில் ஏதோ தகராறு என்று செய்தி போனது தான் தவறோ. இரசீதுகளில் போடப்பட்ட கையொப்பம் தன்னுடையது என்றிருந் தாலும் இரசீது போட்டுக் கொடுத்தவர் பொறுப்பானவர் தானே...

தலையைசுற்றுகிறதே. "பீடம் சும்மா இருந்தாலும் உங்களைப் பற்றிப் போட்டுக்கொடுப்பதற்கு மொபைல் ஒரு ஆளே போதும்..." பீடம் வகையறாவிலிருந்து ஒருவர் பேசினார். நேரம் ஆக ஆகத்தான் தன்னைச் சுற்றி ஒரு மாயவலை பின்னப்படுவதாய் உணர்ந்திருந்தார் இராமகிருஷ்ணன். ஆமாம் இந்த இடத்திலிருந்து தன்னைத் தூக்கி எறிய ஒரு கூட்டம் அலைமோதுவதாய் மனசுக்குள் குமிழியிட்டு எழுவதும் அமிழ்ந்து போவதுமாய் இருந்தது. சம்பந்தி வீட்டார் என்ன நினைப்பார்களோ என்று முதன் முதலாகக் கவலை தோன்றியது. அப்பாவுக்கு என்னவாயிற்று என்று புரிந்தும் புரியாமல் சௌம்யா அழுதுகொண்டிருந்தாள். கல்யாணப் பெண்.

மறுபடியும் ஈப்பு வாகனத்தில் மொபைல் வந்திறங்கியதும் அந்த இடத்தை பார்க்கலாம் என்று சொல்லி அழைத்தது சீமைக்கருவேல மரங்கள் வளர்ந்து நிற்கும் காடு. இடையிடையே பல்குச்சி பருமனில் வளர்ந்த செடிகளடர்ந்த புதர் சுத்தம் செய்யப்பட்டிருந்தது. பத்துப் பதினைந்து கார்கள் நிறுத்தியிருந்ததற்கான அடையாளம் தெரிந்தது. பார்த்த மாத்திரத்தில் மொபைல் அவர்களுக்கு ஏமாற்றம் 'நிறைய கார்கள் வந்திருக்கிறதே.'

'அதெல்லாம் அவர்கள் இடத்திற்குப் போய் நிறுத்தப்பட்டு இருந்தன.'

சுற்றிலும் பார்த்தார். எங்கும் மரங்கள் வெட்டப்பட்டிருக்க வில்லை. மறுபடியும் ஏமாற்றம். எப்படியாவது தப்புக் கண்டு பிடிக்க வேண்டும் என்று வந்தவர் ஆயிற்றே.

நான்கு திசைகளிலும் பார்வையைச் சுழலவிட்டார்... எங்கும் மரங்கள் வெட்டப்பட்டிருக்கவில்லை. மறுபடியும் ஏமாற்றம்.

'எனிஹவ் கன்சர்வேஷன் ஆக்ட்' படி தவறு. மொபைல் அவர்கள் எதையெதையோ பார்த்து வந்தார். எதிர்பார்த்திருந்த தவறுகள் எங்கும் காணப்படவில்லை. ஈப்பு வாகனத்தில் ஏறிவிட்டார்.

இந்த இரண்டு நாட்களாக காதுகளில் வந்து விழும் பீடத்தின் வகையறாக்களின் சுடுசொற்களும் அதிகாரிகள் காட்டும் பயமும் பரிவும்... போதுமடா சாமி என்றிருந்தது. இராமகிருஷ்ணன் சம்பந்தியிடமிருந்து வந்த காஞ்சிபுரம் பட்டு எடுக்க அங்கேயே போகலாமா என்ற கேள்விக்கு இன்னும் பதில் சொல்லவில்லை. என்ன சொல்வது என்னவோ நடக்கட்டும். நெஞ்சிற்குள் கவலை வந்து திடீரென்று கொத்தாய் பிறாண்டுவது போல் இருந்தது.

கடந்த காலங்களில் தூங்கி வழிந்த செக் போஸ்ட் இப்பொழுது இரண்டு நாட்களாய் பிரச்சனைக்குரியதாகிக் கிடக்கிறதே! ஆஞ்சநேயரின் சிலையை இந்தப் பகுதியில் நிறுவியதால் வந்த வினை. செக்போஸ்ட்டைக் கடந்து போய்த்தான் ஆஞ்சநேயரைத் தரிசிக்க வேண்டும்.

நகர் எங்கும் நல்ல பிரசாரம் செய்து இருக்கிறார்கள். ஆஞ்சநேயா மையத்தினர்... யாருமே எதிர்பார்க்கவில்லை. சார் சர்ரென்று இத்தனை கார்களில் தரிசிக்க வருவார்கள் என்று எதிர்பார்த்திருக்க மாட்டார்கள். சொல்லி மாளாத மக்கள் கூட்டம் அடர்ந்து கிடக்கும் வனம் அருகே.

அவசரத் தபால்கள் கணக்கில்லாமல் இருந்ததால் இளநிலை உதவியாளருக்கு 'டிக்டேட் பண்ணவேண்டியிருந்ததாகி விட்டது. இல்லாவிட்டால் செக்போஸ்ட்டிற்குப் போய் முழுநேரம் இருந்திருக் கலாம்.

சஸ்பென்ஷன் ஆர்டர் ரெடியாகிறதாம். அப்படியில்லாவிட்டால் கன்யாகுமரிக்கு மாற்றமாம்.

என்னதான் நடந்தது செக்போஸ்டில்.

"சம்பந்தியிடமிருந்து போன் வரும்... நீ பேசி விடு எனக்குப் பேசுகிற மூட் இல்லை". ரேவதியிடம் சொல்லும் போதே மழுக்கென்று கண்களில் கண்ணீர்.

கல்யாண ஜோரில் இருக்க வேண்டியவன் கந்தலாகிப் போனதாய் மனத்தவிப்பு.

தன்னுடைய பணியாளர்களிடம் 'என்ன தான் நடந்தது செக் போஸ்டில்' என்று கேட்கக்கூட முடியாத அளவிற்கு ஊமை போல் தடம் போட்டுக் கொண்டிருந்தது நாக்கு.

ஒருவேளை சஸ்பென்ஷன் பண்ணிவிட்டால்... மகள் கல்யாணப் பத்திரிகையில் இராமகிருஷ்ணன் பெயருக்குக் கீழே பதவிப் பெயர் குறிப்பிட்டு (த.ப.நீ.) என்று எழுதுவதா? மாவட்ட அதிகாரி விடுப்பில் போங்கள் என்றாரே அது தான் சரி.

பதினைந்து தினங்கள் கடந்து விட்டிருந்தது. மகள் திருமணத் திற்காக செக்போஸ்டில் கொள்ளை அடித்ததாக அல்லவா பேசுகிறார்கள்.

இந்தப் பதினைந்து தினமும் மனசு இலகுவாகி இருந்தது.

பரிதாபமாகப் பார்த்த மாவட்டம் புன்முறுவல் பூத்த முகத்தோடு வரவேற்றது ஆச்சரியமாய் இருந்தது இராமகிருஷ்ணனுக்கு.

கொள்ளையோ கொள்ளை என்று செக்போஸ்ட் பற்றி செய்தி வந்த போது ஆதரவாகத் தானே இருந்தார் மாவட்டம். ஆஞ்சநேயர் தரிசனத்திற்காக வந்த கார்களை நிறுத்திப் பணம் வசூலித்ததைப் பற்றி பிரபல நாளிதழில் வந்த செய்தியை நினைத்துப் பார்த்தார். இராமகிருஷ்ணன். திரும்பத் திரும்ப அதையே நினைத்துக் கொண்டி ருக்கக் கூடாது.

மாவட்ட அதிகாரி தன்னையே பார்த்துக் கொண்டு இருந்தார். என்ன சொல்லப் போகிறாரோ.

"பத்துப்பத்து வண்டிகளுக்கு ஒரு இரசீது போட்டிருக்கீங்க... ஏன் என் அலுவலகத்தில் சொல்லி வாங்கியிருக்கலாமே..." மாவட்ட அதிகாரி கேட்டார்.

"திடீரென்று கார்கள் இவ்வளவு வருமென்று தெரியலெ வந்த வண்டிக எல்லாத்துக்கும் தலா ஒவ்வொரு இரசீது குடுக்க முடியலெ" சொன்ன இராமகிருஷ்ணன் தொடர்ந்தார்.

"காரை ஓட்டி வந்தவர்களிடம் சொல்லிட்டுத்தான் இரசீது போட்டோம். பத்துப் பேரில் ஒருவரிடம் தான் இரசீது கொடுத்தோம்...

சார்... கவர்ன்மெண்டிற்கு ஒரு ரெவின்யூ கிடைக்கட்டுமேன்னு அவ்வளவு கஷ்டப்பட்டோம். என்னோட ஸ்டாப்புக சுறுசுறுப்போடு வேலை செஞ்சதாலேதான் ரெவ்ன்யூ கெடச்சுது..." என்று சொல்லி முடித்தார் இராமகிருஷ்ணன்.

"பத்து கார்களுக்கு ஒரு இரசீது போட்டீங்க. ஒவ்வொரு பத்துப் பேரிடமும் உங்களில் இன்னாரிடம் இரசீது கொடுக்கப்பட்டிருக்கு துன்னு சொன்னீங்களா..." கேட்டார் மாவட்ட அதிகாரி மறுபடியும் அவரே தொடர்ந்தார்.

"அன்றே வசூலான பணத்தை அரசு வங்கியில் செலுத்திட்டீங்க... மொபைல் அதிகாரியிடம் பீடம் ஒரு துண்டுச்சீட்டுக் குடுத்திருந்தார் தெரியுமா எனக்கு இரசீது கிடைக்கவில்லையென்று ஒருவர் தன் வண்டி எண்ணைக் குறித்துக்கொடுத்த துண்டுச்சீட்டு..." என்றவர் மறுபடியும் தோள்களைக் குலுக்கிக் கொண்டு குதூகலத்தோடு சொன்னார்.

"மொபைல் அதிகாரி உங்களிடமிருந்து கைப்பற்றியிருந்த இரசீது புத்தகங்களைப் போய் வாங்கிக் கொள்ளுங்கள்."

ஆமாம்...

"இரசீதுகள், எல்லாவற்றையும் செக் பண்ணியதில் பீடம் கொடுத்த துண்டுச் சீட்டில் உள்ள வண்டி என் இரசீது புத்தகத்தில் பதிவு செய்யப்பட்டு இருக்கிறது. என்ட்ரி மட்டும் இல்லாமலிருந்தா..."

நிம்மதிப் பெருமூச்சுடன் எழுந்தார் இராமகிருஷ்ணன் ஒரு சல்யூட் அடித்தவாறே...

தன் மகளுக்கு நடக்க இருக்கும் கல்யாணக் களை மறுபடியும் முகத்தில் வந்து ஒட்டிக் கொண்டது.

தாமரை, ஆக - 2019

11. மணல்

பெருமாள் கோயிலில் நல்ல கூட்டம், புரட்டாசி சனிக்கிழமை. அதுவும் கடைசிச் சனிக்கிழமை. கோயில் ஓடுகளால் வேயப்பட்டிருந்தது. கம்பிகளால் அமைக்கப்பட்டிருந்த ஜன்னல் பெரிது பெரிதாய் இரண்டுபுறமும் நடுவே கதவு... அதுவும் கம்பிகளால் அமைந்திருந்தது. அலுமினிய நிறத்தில் வர்ணம் பூசப்பட்டிருந்ததால் கம்பிகள் பளபளத்துக் கொண்டிருந்தன... சுற்றிலும் அமைக்கப்பட்டிருந்த மரச்சட்டங்கள்... பச்சை வர்ணம் பூசப்பட்டிருந்தது. உள்ளே பெருமாள்! அணிவிக்கப்பட்டிருந்த பட்டுப்பீதாம்பரத்தின் மினுமினுப்பு... செவ்வந்தி மாலை... நெற்றியில் நாமம் என்று, அருள் பாலித்துக் கொண்டிருந்தார்.

அடர்வனத்திற்குள் அல்லவாப் பெருமாள் எழுந்தருளியிருக்கிறார். சமவெளிப்பகுதியில் அரசாங்கக்காட்டின் எல்லையிலிருந்து ஒரு கிலோ மீட்டர் தூரம் மிகச் சன்னமான மேட்டுப்பகுதி நோக்கிப் பயணித்தால் பெருமாள் கோயில் ஆமாம்... அத்திக்குழி பெருமாள் கோயில்.

கோயிலில் சர்க்கரைப்பொங்கல், வெண்பொங்கல், புளியோதரை, வடை சுண்டல் என்று பூசை முடிந்த பின் விநியோகிக்கப்பட்டுக் கொண்டிருந்தது.

பெருமாள் கோயில் வாசலை ஒட்டி கீழே வற்றிப்போய்க் கிடந்தது ஆறு. ஆற்றின் குறுக்கே என்பதை விடப் பெரிய ஓடையின் குறுக்கே என்பதே பொருத்தமானது. நீண்டதொரு தடுப்பணை வனத்துறையால் கட்டப்பட்டுக் கிடந்தது.

பெருமழை பொழியும் போது பெருமாள் முடியிலிருந்து சிற்றோடையாய்த் தொடங்கித் தண்ணீர் பயணிக்க ஆங்காங்கே சிறுசிறு ஓடைகளை உருவாக்கிக் கொண்டு மழைநீர் ஓடிவர, பெருவெள்ளமாய் வடிவமெடுத்துத் தடுப்பணை கட்டிய பகுதிக்கு வந்து அந்தப் பெரிய பள்ளத்தில் தேங்கிப்பின் இரண்டு திறப்புகளின் (Vent) வழியாகத் தண்ணீர் சீறிப்பாயும்...

கோயிலுக்கு வந்தவர்களெல்லாம் சப்பு கொட்டிக் கொண்டே வறண்டு கிடக்கும் ஓடையைப் பார்த்துக் கொண்டிருந்தனர்.

உருண்டை உருண்டையாய்ச் சிறியதும் பெரியதுமான கற்கள் நெகுநெகுவென்று கிடந்தன. உச்சியிலிருந்து அதிவேகமாய் ஓடிவந்த தண்ணீர் தழுவித்தழுவி வழியில் கிடக்கும் சிறியதும் பெரியதுமான கற்களை உருட்டிக்கொண்டு வந்ததால் வெட்கப்பட்டு மகிழ்ந்து நெகுநெகுவென்று ஆகிவிட்டதோ! இன்னும் இன்னும் சிறிய சிறிய கற்கள்... உருண்டை உருண்டையாய்க் கூழாங்கற்கள்... கால் வைத்தால் வழுக்கி விழ வேண்டியது தான்.

அத்திக் குழியைச் சுற்றிலும் அத்தி, புளியன், ஊஞ்சல், பொரசு, பிரண்டை தணக்கு, வேம்பு, மா, இலுப்பை, கொம்பாலை, இச்சி, பொரகன், சிலைவாகை என்று ஆங்காங்கே சிறியதும் பெரியதுமாய் மரங்கள் கிளை பரப்பியவாறு சூழ்ந்து கிடந்தன.

இரண்டு ஆண்டுகளாய் மழை பொய்த்துப் போய் இருந்தாலும் தங்கள் பெருமையைக் குறைத்துக்கொள்ளாமல் குளிர்ச்சியை வாரி இரைத்தவாறு, மண்ணின் மைந்தர்கள்... ஆம் மரங்கள் நாங்கள் என்று சொல்லும் வண்ணம் தங்களை அடையாளப்படுத்திக் கொண்டிருந்தன.

ரங்கநாதன் சாமி கும்பிட்டு முடிந்தவன். கீழே வறண்டு கிடக்கிற ஓடையையும், கட்டப்பட்டிருந்த தடுப்பணையையும் மாறி மாறிப் பார்த்தவாறிருந்தான்.

'இந்த ஓடையும் தடுப்பணையும் தன் வாழ்க்கையையே புரட்டிப் போட்டுக் கொண்டிருக்கிறதே'

கூட்டம் கலைந்து கொண்டிருந்தது. 'மாலையாகிவிட்டால் இந்தப் பகுதியில் யானை வந்து விடும்...' தானும் அவசர அவசரமாக நடையைக் கட்ட ஆரம்பித்தான். பவுண்டரி பக்கம் நிறுத்திக் கிடக்கும் மோட்டார் சைக்கிளை எடுத்துக் கொண்டு ஊருக்குப் போக வேண்டும்.

எதிரே அருகிலிருந்த அய்யப்பன் கோயிலைப் பார்த்து ஒரு கும்பிடு போட்டான். வனத்தின் எல்லையைக் கடந்து சமவெளியில் மகாலட்சுமி கோயில், மல்லேசுவரன் கோயில் என்று கண்களுக்கெட்டிய தொலைவில் தெரிந்தன. சிறு சிறு கோயில்கள் தான். தினமும் பூஜை புனஸ்காரம் நடைபெறுகிற கோயில்கள் என்று நினைத்துக் கொள்ள வேண்டாம். அமாவாசை, கிருத்திகை என்று கிராமங்களிலிருந்து கொஞ்சம் பேர் அதுவும் அருகேயுள்ள நிலங்களுக்குச் சொந்தக்காரர்கள் தான் வந்து செல்வர்.

காட்டிலிருந்து அவ்வப்போது வெளியே வரும் யானை சிறுத்தை, நரி, பன்றி, கரடி போன்ற வன உயிரினங்களிடமிருந்து வேளாண் நிலங்களையும், வசிக்கும் மனிதர்களையும் காத்திடத்தான் இத்தனை கோயில்களும் உருவாக்கப்பட்டிருக்கின்றனவாம்.

வந்த திசையை நோக்கினான்... அந்திக்குழிக்குக் கொஞ்ச தூரத்தில் புதியதாய்க் கட்டப்பட்டிருந்த 'வாட்ச் டவர்' தெரிந்தது. அறுபது அடி உயரம்... வேட்டை தடுப்புக்காவலர்கள் வந்து தங்கிக் காவல் பணியில் ஈடுபடுவதற்காம்.

மோட்டார் சைக்கிளை ஸ்டார்ட் பண்ணும்போதே வறண்டு கிடக்கும் ஓடையும் தடுப்பணையும் கண்முன் வந்து நின்றது. 'அதிக ஆசை அதிக நஷ்டம்' என்பார்களே சரியாகத்தான் போய் விட்டது. விநாயகம்பாளையம், சிவலிங்காபுரம் இரண்டு ஊர்க்காரர்கள் நிலங்களுக்கும் சமஅளவில் நீர்ப்பாசன வசதி கிடைக்க வேண்டும் என்பதற்காகத் தானே அத்திக்குழி தடுப்பணையில் இரண்டு திறப்புகள் வைத்துக் கட்டியும், தண்ணீர் இரண்டு பிரிவாகப் பிரிந்து பாயட்டும் என்று தடுப்பணையிலிருந்தே குறுக்குச் சுவரும் ஐம்பது அறுபதடி நீளத்திற்குக் கட்டப்பட்டது.

'ம்ம்... என்ன செய்வது...'

உதடு வறண்டு போயிருந்தது... நுனி நாக்கில் இரண்டு உதடுகளையும் தொட்டும், உதடுகளை மடித்தும் ஈரம் பண்ணிக் கொண்டே வண்டியைச் செலுத்தினான் ரங்கநாதன்... விநாயகம்பாளையம் நோக்கி.

மோட்டார் சைக்கிள் சப்தத்தைக் கேட்டதும் திண்ணையில் சுருண்டு படுத்திருந்த செளந்தரம்மாள் மகன் வந்துட்டான்... என்று தனக்குள் முனகியவாறே விருட்டென்று எழுந்தாள். காலையில் வெறும் வயிற்றோடு போனவன்... சனிக்கிழமை விரதம்... முன்னேற்பாடாக மதியத்திற்கான உணவு தயாரித்து வைத்திருந்தாள்.

"நீ படுத்துக்கம்மா... நான் போட்டுச் சாப்பிட்டுக்கிறேன்..." அம்மாவின் நெற்றியில் திருநீறு வைத்தவாறே...

உட்கார்ந்திருந்தவளின் கண்களில் கண்ணீர் கோர்த்து நின்றது.

ரங்கநாதனோடு சேர்த்து மூன்று மகன்கள். அவர்கள் இருவரும் மூத்த சகோதரர்கள். சங்கரன், சண்முகம்.

சங்கரனும், சண்முகமும் விவசாயம் பார்த்து வருகிறார்கள். தோட்டங்களிலேயே குடும்பத்துடன் இருக்கிறார்கள். ரங்கநாதன் அரசுப் போக்குவரத்துக் கழகத்தில் உதவியாளராக இருக்கிறான். தினமும் பதினைந்து கிலோ மீட்டர் தொலைவிலுள்ள கோவைக்குச் சென்று வருபவன்.

விநாயகம்பாளையம் பூர்வீக வீட்டில் தான் இருந்து வருகிறான். அப்பா இருக்கும் போதே கடைசிப் பையன் ரங்கநாதனுக்கு திருமணம்

நடந்து விட்டிருந்தது. மகாலட்சுமி சிவலிங்காபுரத்தைச் சேர்ந்தவள் தான் மெட்ரிகுலேஷன் மேல்நிலை பள்ளியில் ஆசிரியை. தனியாருக்குச் சொந்தமான பள்ளி.

“பாவிமக போய் ஓரச்சு இருந்திட்டாளே. மகன் கஷ்டப்படறதைப் பார்க்க முடியல... இவனையும் பொண்டாட்டிக்காரியப் போய்க் கூட்டிட்டுவர்றதுக்கு உடமாட்டேங்கறாங்க... அண்ணமாருங்க...” சௌந்தரம்மாளுக்கு எப்போதும் மனத்தவிப்பு.

புருஷனே வந்து கூப்பிட்டாலும் போகக்கூடாதாம்.

என்னதான் அவர்களுக்குள் பிரச்சனை?

மகாலட்சுமி பெயருக்கேற்றாற்போல் இருப்பாள்... அழகு படுத்தியது போன்ற புருவம். மீன்கள் தான் வந்து அப்பிக்கொண்டு கண்கள் என்கின்றனவோ... கதுப்புக் கன்னங்கள்... செதுக்கி விட்டாற் போல மூக்கு... கோபம் வந்தால் விடைத்துக் கொள்ளும். “கோபப்படு... கோபித்தால் தான் இன்னும் அழகாய் இருக்கிறாய்...” மகிழ்வான நேரத்தில் சொல்வான் ரங்கநாதன்.

மகிழ்வான நேரத்தில் எந்த வேலையாக இருந்தாலும் தட்டாமல் செய்பவள். வேலையிலும் பொறுப்பாய் இருப்பாள்.

டிசம்பர் மாதத்தில் ஒருநாள்... மழைக்காலம்... எந்தவொரு முக்கிய விடயமாக இருந்தாலும் தனியாக மூவரும் கூடி ஆலோசனை செய்வர். அந்த நேரத்தில் யாரையும் அருகில் அணுகவிடமாட்டார்கள்.

“இந்த தடவெ சிவலிங்காபுரத்துக்காரங்களை முந்திக் கிட்டோம்... அத்திக்குழி போய்ச் செக்டேம்லெ அந்த ஊருக்குப் போற வெண்ட்லெ... மணல் மூட்டைகளெ அடுக்கி வெச்சு தண்ணி போறத தடுத்துட்டோம்லெ... இந்த வருஷம் நம்மூரு விவசாயம் நல்லாருக்கோணும்...” இவர்கள் பேசிக்கொண்டு இருக்கும் போது யதார்த்தமாக அங்கு வந்த மகாலட்சுமி கேட்டுக்கொண்டாள். பேசப் பேச அவர்கள் சிவலிங்கப்புரத்துக்காரங்களைக் கெட்ட வார்த்தை சொல்லித் திட்டுவதைக் கேட்கப் பொறுக்க முடியவில்லை.

மகாலட்சுமிக்கு அத்திக்குழியில் கட்டப்பட்ட தடுப்பணை எதற்காகக் கட்டப்பட்டுள்ளது என்ற விபரம் முழுக்கத் தெரியும்.

“ஆகா நீங்க பேசறது ரொம்ப நல்லாத்தானிருக்கு எங்க ஊர்க்காரங்க உங்க கிட்டே சோத்துக்கில்லைன்னு வந்து நின்னாங்களா... எதுக்கு இப்படிக் கெட்ட கெட்ட வார்த்தையிலெ பேசறிங்க... அவுங்க கேட்டா சும்மா விடுவாங்களா...”

“இப்போ இங்கே எதுக்கடி வந்தெ... சிவலிங்காபுரத்துக்காரங்க... புடுங்கீருவாங்களா... ஒரு மயிரையும் புடுங்க முடியாது...”

இப்படியே பேசப் பேச வாய்த்தகராறு முற்றிப்போய் ரங்கநாதன் கோபமாய் எழுந்தான். மகாலட்சுமியின் முடியைப்பிடித்து இழுத்துக் குனிய வைத்து முதுகில் இரண்டு போட்டான். அண்ணன்கள் வேடிக்கை பார்த்தார்களே தவிரத் தடுக்கவில்லை.

கொஞ்ச நாட்கள் செளந்தரம்மாள் அழுதே தீர்த்தாள். ‘நா இல்லாத நேரத்தில் மாசமா இருந்த பொண்ணெ அடிச்சுத் தொரத் தீட்டீங்களேடா பாவிகளா...’ என்று மகன்களை ஒருபாடு திட்டிக் கொண்டேயிருந்தாள்.

மகாலட்சுமி, சிவலிங்காபுரத்திற்குச் சென்றிருந்த போதும் மனம் கனத்துப் போய் இருந்தது. எதனால் விநாயகம்பாளையத்திலிருந்து வந்திருக்கிறாள் என்று யார் முகத்திலும் வினாக்குறி எழவில்லை.

“மகா... உங்க ஊரு ஆளுகதா செய்வாங்களா எங்களுக்குத் தெரியாதா... நாங்க அத்திக்குழிக்குப் போய்ச் செக்டேம்லெ உங்க ஊருக்குத் தண்ணி போற வழியெ அடைச்சு வெச்சுட்டு வந்துட்டோம்லோ... இந்த வருஷம் நம்மொ காடுகள்லெ மணல் வந்து குவிஞ்சு போகும் பாரு... மழை அந்தளவுக்கு ஊத்தோ ஊத்தோன்னு ஊத்திட்டிருக்கு...” என்று தங்கையைப் பார்த்துப் பலமாகச் சிரித்தான் அண்ணன் சுந்தரலிங்கம்.

வாயடைத்துப் போய் இருந்தாள் மகாலட்சுமி.

கணவன் வீட்டில் தான் கணவன் வீட்டாரோடு யுத்தம் புரிந்து வந்து விட்டோம். இங்கும் சண்டையிட்டால் எங்குச் செல்வது?

இரண்டு ஆண்டுகள் உருண்டோடிவிட்டிருந்தது. பையன் பிறந்து இப்போது நடைபழகி அப்பா எங்கே என்று கேட்கிறான்.

இதற்கிடையில் இரண்டு ஊர்க்காரர்களும் பெண் கொடுக்கக் கூடாது பெண் எடுக்கக்கூடாது என்று தீர்மானம் போட்டுக்கொண்டு இருந்தார்கள்.

செளந்தரம்மாள் வந்து அழைத்த போதும் ஓரகத்திகள் வந்து அழைத்த போதும் மெளனம் சாதித்திருந்தாள் மகாலட்சுமி...

சிரபுஞ்சி என்பார்களே... இப்போது மழையே இரண்டாண்டு களாய் ஓடி ஒளிந்து விட்டதே...

அரசாங்கம் பல லட்ச ரூபாய் செலவு செய்து இரண்டு ஊர்களும் நன்மை பெறட்டும் என்று தடுப்பணை கட்டி வைத்து இரண்டு

திறப்புகளையும் அமைத்து வசதி செய்து கொடுத்து இருக்கும் பட்சத்தில் ஆளாளுக்கு யுத்தம் நடத்திக் கொண்டிருந்தால் எப்படி மழை வரும்?

ஆழ்துளைக் கிணறுகளை விடாமல் தோண்டி, விவசாயத்தைக் கொஞ்சம் காப்பாற்றத்தான் முடிந்தது. பாசமடைக்குட்டை, திருமலைக் குட்டை, மடவாய்த் துறை, தம்முகம் தோட்டம், அய்யர்காடு என்று எத்தனை குட்டைகள்... இருக்கும் ஆழத்தைவிட முப்பதடி முப்பத்தைந்தடி என்று தூர்வாரி அவைகளெல்லாம் மழைக்காகக் காத்துக் கொண்டிருக்கின்றனவே.

வெங்காயம், மஞ்சள், தக்காளி, கத்தரி, அவரை, வெண்டை, மக்காச்சோளம், சோளம், தட்டப்பயிறு, மிளகாய் என்ற வகையில் தான் விவசாயம் நடந்து வருகிறது. நெல்லும், கரும்பும் எங்கே போயிற்று?.

நிலத்தடி நீர் அடி ஆழத்திற்குச் சென்று விட்டதே.

மகாலட்சுமி பள்ளியில் தங்களுக்கான அறையில் விவசாயத்தைப் பற்றியும் சக ஆசிரியைகளுடன் பேசாமல் இருந்ததில்லை.

பள்ளியில் இருக்கும் போது தான் கலகலப்பும் மகிழ்ச்சியும் வீட்டிற்கு வந்து விட்டாலோ 'அப்பா எப்பம்மா வருவாரு' என்று மழலையில் கேட்டு நச்சரிக்கும் மகன். மகாலட்சுமியின் மனசு துவண்டு போகும். 'வருவாரு' என்று எத்தனை நாட்களுக்குத் தான் சொல்வாள்.

அந்த மனுஷனுக்குத் தான் பொண்டாட்டி வேண்டாம் புள்ளையும் வேண்டாம்னு இருக்கிறாரே...

என் கூடப் பொறந்தவர்களும் 'கல்லு' மாதிரி இருக்கிறார்களே...

'இவர் வந்து பையனை எடுத்துட்டுப் புறப்படறீன்னு சொன்னா நான் நாய்க்குட்டி மாதிரி பின்னாலே போய் விடுவேனே...'

'புருஷன் வீட்டுக்குப் போறதுக்கு யாருடைய அனுமதி வேணும்... நான் தானே வந்தேன்... நானே புறப்பட்டுப் போறேன்... ம்கூம்... அப்படிப்போனா உனக்கு இனித் தாய் வீடே வேண்டாம்னு துப்பி எறிஞ்சுருவாங்களே. வயித்லெ கொழந்தையச் சுமந்துட்டு வந்து நின்னப்போ எதுவும் பேசலையே... புருஷன் வீட்டிலிருந்து ஏதோ சண்டை புடுச்சுட்டு வந்துருக்கிறாள்னு புரிஞ்சுட்டு வளைகாப்பு செஞ்சுருக்கோணும்னு வருத்தப்பட்டுட்டு இருந்தாங்களே.. திடுதிப்புன்னு பொறப்பட்டுப் போய் விட முடியாது'.

மகாலட்சுமிக்கு எப்போதும் மனதை வாட்டிடும் கவலை...

வேலைக்குப் போய்விட்டு வரும்போது விநாயகம்பாளையத்துக் காரங்களில் "ரங்கநாதன்... பையன் எப்படியிருக்கா... மகாலட்சுமி எப்படியிருக்கிறான்னு" யாரோ ஒருத்தராவது கேட்காமல் இருக்க மாட்டார்கள். வீடு போய்ச் சேருவதற்குள்ளே மனசு கனத்துப் போகும்.

'அவுங்கதான்... உன்ர பையன் அங்கு வந்தான்னா நடக்கறதே வேற...' அம்மாகிட்டே வந்து மெரட்டிட்டுப் போனாங்களாமா... முட்டாப்பசங்க... அவுங்க வீரத்தெ எங்கிட்டெக் காட்ட வேண்டியது தானே. கிழவி தனியா இருக்கும் போது அவகிட்டவா வீரத்தைக் காட்டறது...

ம்ம்... புத்தி கெட்ட பொண்டாட்டி... அவ அப்பனூருக்கு ஏறிட்டுப் போனதினால்தான் இத்தனை வம்பும் வந்து சேர்ந்தது.

'காட்டுலெ தேங்கியிருந்த மணலை எல்லாம் ஒன்று விடாமெ சொரண்டி எடுத்துட்டானுக... டிராக்டர்லெ, லாரிலென்னு ஏத்தி ஏத்திவிட்டு நல்ல காசு பார்த்துட்டானுக... பேசாமல் என்ன பண்ணுவானுங்க. சிவலிங்காபுரத்து ஆளுங்களக்கண்டா மணல் எல்லாம் பயந்து போய்க் கரைஞ்சு காணாமெ போயிடுச்சு... கரும்புச் சர்க்கரை போல் இருந்த மணல்... இப்போது எங்கேயும் இல்லையே...

கருங்கல்லெ ஒடச்சுத் தூளாக்கி வருதே மணல்ன்னு பேரைச் சொல்லிட்டு 'எம் சேண்ட்'ன்னு பேராம்... கேட்டா மாற்று மணல்ன்னு சொல்றாங்க...

'மகாலட்சுமியெப் பார்க்கலாம்... பையனைப் பார்க்கலாம்னு மனசு நெறைய ஆசையிருக்கு... என்ன பண்றது அத்திக்குழி பெருமாள் தான் ஏதாவது ஒரு அதிசயத்தை நிகழ்த்தணும்'.

ரங்கநாதன் அத்திக்குழி இருக்கும் திசை நோக்கித்தொழுதவன் மனதில் ஏக்கப் பெருமூச்சு.

பதினைந்து நாட்கள் கடந்து போயிருந்தது. உலகத்திலிருக்கிற வானத்து மேகமெல்லாம் ஒன்று சேர்ந்து பெருமான்முடி பகுதிக்கு வந்து முகாமிட்டு விட்டதோ... அங்கிருக்கிற மரம்செடி கொடிகள், புல்பூண்டுகள் தாவரங்கள், பாறைகள் என்று அனைத்துக்கும் மகிழ்ச்சி கொண்டாட்டம் பொழியும் பெருமழையால் தானே!

கடந்த இரண்டு ஆண்டுகளாக வறண்டு கிடந்த அத்திக்குழி மழையால் குளிர்ந்து கொண்டிருந்தது. நிரம்பிய தண்ணீர் இரண்டு திறப்புகளின் வழியே மூர்க்கமாய் வெளியேறிக்கொண்டு இருந்தது.

சிவலிங்காபுரம், விநாயகம்பாளையம் என இரண்டு ஊர்களிலும் ஆங்காங்கே தூர்வாரப்பட்டிருந்த குட்டைகளில் நீர் நிரம்பித் ததும்பிக் கொண்டிருந்தன. சுரண்டப்பட்டு இருந்த இடங்களில் எல்லாம் மணல் மேவியிருந்தன. மழை, மண்ணை அழுத்தமாய் வந்து முத்தம் தந்திருந்ததாலோ என்னவோ பூமி எங்கும் ஈரம் பரவிச் சிந்தியிருந்தன. அங்கொன்றும் இங்கொன்றுமாய் தண்ணீர் இல்லாமல் வற்றிப் போய் இருந்த ஆழ்துளைக் கிணறுகள் நீர் மட்டத்தை உயர்த்துவதற்கான முயற்சிகளில் முனைந்திருந்தன.

"பையன் பேரென்ன?"

"இன்னும் பேர்வைக்கலெ... அவங்க அப்பா தான் பேர் வைக்கோணும்னு நாங்க வைக்கலெ..."

'இரண்டு ஆண்டுகளுக்குப் பின் தன் புருஷன் வீட்டிற்குத் திரும்பியிருந்த மகாலட்சுமியைப் பக்கத்து வீட்டுக்காரர்கள் சூழ்ந்து கொண்டிருந்தனர்.

சௌந்தரம்மாள் தன் மருமகளையும் பேரனையும் போய் அழைத்து வந்த மகிழ்ச்சியில் திளைத்திருந்தாள்.

இரண்டு வருடமாய் அவ்வப்போது மகாலட்சுமி வேலை செய்கிற பள்ளியில், வழியில் பார்த்து அழைத்தபோது, வீட்டிற்கு வந்து அழைத்துப் போங்கள் என்று சொன்னவள் இன்று அம்மா போய் அழைத்தும் வந்து விட்ட மனைவியைப் பிரியம் மனசுக்குள் சூழ்ந்து நிற்கப் பார்த்துக் கொண்டேயிருந்தான் ரங்கநாதன்.

"இளைச்சுப் போயிட்டே..." கேட்டாள் ருக்மணி, மகாலட்சுமி மௌனம் காத்தாள். தன் மாமியைப் பார்த்தாள். கண்களில் கண்ணீர்...

கடந்த ஒரு வாரமாய்த் தட்டி எடுத்த மழை இன்றுதான் ஓய்ந்திருந்தது.

ஆமாம்... அத்திக்குழித் தடுப்பணையில் நிரம்பியிருந்த தண்ணீர், இரண்டு வெண்ட் திறப்புகளின் வழியாக வெகு வீச்சோடு வெளியேறிக் கொண்டிருந்தது.

ஆம். எந்த மணல் மூட்டையும் காணப்படவில்லை.

ஒரு வேளை - இரண்டு ஊர்களுக்கிடையே இருந்த வன்மம் கரைந்து காணாமல் போன மணல் போல் ஆகிவிட்டதோ என்னமோ!

கணையாழி - அக் 2019

12. புலி வேட்டை

நவீன வசதியுடன் அமைக்கப்பட்டிருந்த கேட்டைத் திறந்தால் பெரிய போர்டிகோ... ஒட்டியே கலை அமைப்புடன் கூடிய தேக்கு மரத்தில் செய்யப்பட்ட பெரிய கதவு உள்ளே பெரிய ஹால். இடது பக்கம் பெரிய சமையலறை அதை அடுத்துக் குளியலறையுடன் கூடிய அறை.

ஹாலில் பெரிய அலங்காரப் பொருட்கள் வைத்திருக்கும் கண்ணாடி அலமாரி. மாடிப்படிக்குக் கீழே உள்ள சிறிய இடத்தில் அடுக்கி வைக்கப்பட்ட அரிசி மூட்டைகள் பிளாஸ்டிக் மேசையில் அடுக்கி வைக்கப்பட்டிருக்கும் நாளிதழ்கள் அச்சிறிய இடத்திலேயே சுவரில் மாட்டப்பட்டிருக்கும் கண்ணாடி. கண்ணாடிக்கு கீழே தேங்காய், சீப்பு சகிதம் வைத்துக் கொள்ள ஸ்டாண்டு.

மாடிப்படியைத் தொட்டாற்போல் இருக்கும் சாமிப் படங்கள் மாட்டப்பட்டு அழகாய் இருக்கும் சாமி அறை சமையலறை. தொடங்கும் இடத்தில் அன்றாடம் பயன்படுத்திக் கொள்ளத்தக்க வகையில் இருக்கும் தையல் பிரித்து வைக்கப்பட்ட அரிசி மூட்டை. அதற்கு அடுத்ததாய் இருக்கும் பெரியதொரு சாப்பாட்டு மேசை நாற்காலிகள். அலமாரியில் அடுக்கி வைக்கப்பட்ட பாத்திரங்கள். தென்புறத்தில் கிரைண்டர்.

அமைக்கப்பட்டிருந்த பலகையின் மேல் இண்டெக்ஸ் அடுப்பு. குடி தண்ணீர் தவலை, அண்டா, கீழ்புறமாய் உள்ள பலகைக் கல்லில் ஸ்டவ்... கீழே சிலிண்டர்... ஸ்டவ் உள்ள பலகைக் கல்லிலேயே சிங்க்... வடபுறத்தில் பெரியதாய் நவீன வசதியுடன் கூடிய பிரிட்ஜ்...

இப்போது பழையபடி ஹாலுக்கு வருவோம். இதோ...

தொலைக்காட்சி நேற்றைய நிகழ்வுகளை வெற்றிக்கதை எனச் செய்தியாக்கிக் கொண்டிருந்தது. இரண்டு நிமிடத்திற்குப் பின் நீண்டதொரு விளம்பரத்திற்குள் நுழைந்திருந்தது.

தனக்கு முன்னால் இருந்த டிரேயில் இன்றைய நாளிதழ்கள் சுடச்சுட அதே செய்திகளோடு குவிந்து கிடந்தன. தனக்கு ஆவி பறக்கும் காபியைக் கொண்டு வந்து கொடுத்துவிட்டு நந்தினி தன் முகவாய்க் கட்டையைத் திரும்பிப் பழிப்புக் காட்டி விட்டுப் போனாள். காபி தம்ளரை நீட்டும் போதே கோபம் கொடி பிடித்திருந்தது. காலையிலேயே இது என்ன கோபம்?

காபி என்னவோ ருசியாகத்தானிருந்தது. கோபம் சூழ்ந்திருந்த போது கூட காபி என்னமாய் ருசிக்கிறது. ருசித்தவாறே நாளிதழ்களில் என்னென்ன செய்திகள் இருக்கும் என அனுமானித்தவாறிருந்தான் - கோபாலன்!

கடந்த பதினைந்து நாட்களாய் மிரட்டிக் கொண்டிருந்த விசயம் அது. நேற்று அதற்கு வைக்கப்பட்ட முற்றுப்புள்ளிதான் முகாமிலிருந்து திரும்பத் தோதாக இருந்தது. இரண்டு மூன்று பேர் கைப்பேசியில் வாழ்த்துத் தெரிவித்திருந்தார்கள். எனினும் சில இடங்களில் வன உயிர்ப்பாதுகாப்பு இயக்கம் என்ற பெயரில் இருக்கும் அமைப்புகள் எதிர்ப்பைக் காட்டிக்கொண்டிருந்தன எந்த ஒரு காரியத்திற்கும் இருவேறு கருத்துகள் இருப்பது ஒன்றும் புதியதல்லவே?.

எத்தனைபேர் பாராட்டினாலும் நந்தினி பாராட்ட மாட்டேன் என்கிறாளே எதிர்ப்பு இயக்கத்திற்குள் இருக்கிறாளோ.

எத்தனை தொல்லைகள், பதினைந்து தினங்களுக்கு முன் ஆண் பிணம் ஒன்று எஸ்டேட் அருகில் உள்ள குடியிருப்புகளுக்கு வரும் வழியில் விழுந்துகிடந்தது தான் ஆரம்பம், கொலையா...? முன் விரோதம் காரணமா? என்று பேசியது ஒரு நாளிதழ்... இறந்து போனவன் வடமாநிலத்தைச் சேர்ந்தவன். வந்து ஆறுமாதம் தான் ஆகிறது. அதற்குள் எங்கே முன் விரோதம் வந்தது என்று இன்னொரு நாளிதழ்... தொடர்ந்து பெண் விசயமாய் இருக்குமோ? என்று ஒரு வினாவை எழுப்பியிருந்தது. அவன் குடும்பத்துடன் அல்லவா இருக்கிறான் இந்த அழகில் பெண் விசயம் ஏது?

போஸ்ட் மார்ட்டம் அறிக்கை வந்த போது தான் இந்தப் பிரச்சினைகளுக்கு முற்றுப்புள்ளி வைக்கப்பட்டது. ஏதோ ஒரு மிருகம் தாக்கியதால்தான் இறந்த போயிருக்கிறான். பிணத்தை வாங்க மறுப்பு. சாலை மறியல் என்று புதிதாய் கிளர்ந்தது பிரச்சினை. வனத்துறை நடவடிக்கை எடுக்க வேண்டும்.

ஆமாம்... ஆளை அடித்தது ஆட்கொல்லி புலி அல்லவா?. புலி என்றான பிறகு அந்தப் பகுதியிலிருக்கிற அத்தனை பள்ளிகளுக்கும் பொது விடுமுறை. பொது மக்கள் கூட மாலையானால் போதும் வெளியே வராமல் வீட்டிற்குள்ளேயே முடங்கிக் கொண்டார்கள். புலியை நான் பார்த்தேன் என்று ஒவ்வொரு வரும். தனக்குத் தெரிந்தவாறு சொல்லிக் கொண்டார்கள்.

கோபால் அந்தப் பகுதியில் வன அதிகாரி. புலியின் தொல்லையி லிருந்து மக்கள் விடுபட வேண்டும். இரவு பகலாகத் துப்பாக்கியும் கையுமாக ஐம்பது பேர் வனத்துறையைச் சார்ந்தவர்கள் ரோந்து

சுற்றிக் கொண்டிருந்தார்கள். ஆங்காங்கே காமிராக்களை மரக்கிளையில் பொருத்தினர். இரண்டொரு நாட்களிலேயே ஆட்கொல்லி காமிராவில் பதிவாகியிருந்தது.

வெளிறிய மஞ்சள் நிற அழுத்தித் தேய்க்கப்பட்ட முடிக்கற்றை களின் மினுமினுப்பு... மேலிருந்து கீழாய் வரிகள்... கால்களில் முகத்தில் குறுக்காகக் கருப்பு நிற வரிகள்... கழுத்துப் பகுதியில் மேலிருந்து கீழாய்... வாலில் வட்டவடிவமாய் வரிகள்.

வயிற்றுப்பகுதி வெள்ளையாய் கண்களை உருட்டிக்கொண்டு உறுமும் போது... உதடுகளின் அசைவு நீளமாயும் குட்டையாயும் இருக்கும் மீசை மயிர்களின் நெளிவு தெளிவாகத் தெரிகிறது.

எந்தப் பகுதியில் பொருத்தப்பட்டிருந்த காமிராவில் புலி பதிவாகி யிருந்ததோ அந்தப் பகுதியில் தேடினார்கள். புலி அகப்படவில்லை.

ஒரு புறம் மருத்துவமனையிலிருந்து பிணத்தை வாங்க மறுத்து மறுப்புப் புராணம் தொடர்ந்து வாசிக்கப்பட்டுக் கொண்டிருந்தது. உயிரோடு தான் ஆட்கொல்லியைப் பிடிக்க வேண்டும்... கொன்று விடக்கூடாது... புலி தேசிய விலங்கு...!

தேடும் படலத்தில் ஈடுபட்டிருந்த ஒவ்வொருவரின் மனதிலும் எங்கே தன் மீது பாய்ந்து கடித்துக் குதறிவிடுமோ இந்த ஆட்கொல்லி என்றதொரு பயம். பெரியதாய்க் கூண்டு ஒன்றை... புலி நடமாடும் இடம் என்று அனுமானிக்கப்பட்ட இடத்தில் வைத்தார்கள். ஒரு ஆட்டுக் குட்டியைக் கட்டி வைத்தார்கள். இலை தழைகளைக் கூண்டைச் சுற்றி அடர்த்தியாய்ப் பரப்பிக் கட்டினர். மரங்களடர்ந்த பகுதியில் பார்ப்பதற்கு ஒரு குகை போல் தெரிய வேண்டுமாம். கூண்டில் வந்து புலி நுழைந்து சிக்கிக் கொள்வதாகத் தெரியவில்லை.

இந்தப் பதினைந்து நாட்களாய் எத்தனை அலைச்சல்? எத்தனை எத்தனை நைச்சீயப் பேச்சுகள் கொக்கரிப்புகள்?. இவர்கள் புலியைப் பிடிக்கமாட்டார்கள். ஒவ்வொரு நாளும் ஏதேதோ பொய்யைச் சொல்லிக் கொண்டு சமாளித்துக் கொண்டு இருக்கிறார்கள்.

கோபாலுக்கு நேற்றுவரை இந்த வார்த்தைகளையெல்லாம் கேட்டுக் கேட்டுச் சலிப்பு ஏற்பட்டுவிட்டது. மற்ற எல்லோரையும் விட இவன்தான் பொறுப்பு அதிகாரி. கேட்கத்தான் செய்வார்கள்.

புலியைத் தேடுவது... அந்தப் பகுதி முழுவதையும் படம் பிடித்துத் தொலைக்காட்சியில் காட்டியாகிவிட்டது. ஒவ்வொரு நாளும் புலி தொடர்பான பேட்டி கொடுத்தது... இப்போது கட்டுக் கொன்ற பின் புலியைப் பெரிய கழியில் நான்கு கால்களையும் கட்டி... கீழாகத்

தொங்க விட்டுவருகிற வரை தொலைக்காட்சி பதிவு செய்திருந்ததைப் பார்க்கப் பார்க்க மனசு துள்ளியது.

நந்தினியைக் கூப்பிட்டு, ஓடிக்கொண்டிருந்த செய்தியைப் பார்க்கச் சொன்ன போது கூடச் சுரத்தில்லாமல் வந்து நின்று பார்த்துப் போனாளே ஒழிய எதையும் சொல்லாமல் மௌனத்திலிருந்தது ஆச்சரியமாய் இருந்தது. கோபம் ஊட்டுவதாகவும் இருந்தது.

ஊரே பாராட்டிக் கொண்டிருக்கிறது. பொதுமக்கள் நலன் கருதி ஆட்கொல்லியைச் சுட்டுக் கொன்றீர்களே... இனி பயம் இல்லை. ஆனால் நந்தினி முனகிக் கொண்டல்லவா இருக்கிறாள்.

பதினைந்து நாட்களாய் முகாமில் இருந்து கொண்டு முப்பது கிலோ மீட்டர் தொலைவில் உள்ள குடியிருப்பிற்குக் கோபாலன் இரவு தான் திரும்பியிருந்தான். என்ன காரணமாக இவள் முனகிக் கொண்டிருக்கிறாள். சிந்திக்க நேரமில்லை. புலிப்பிரச்சினையும் முடிவும் தொடர்பாக அலுவலகத்திற்கு உடனடியாக ஓர் அறிக்கை சமர்ப்பித்தாக வேண்டும். அதில் மூழ்கி இருந்தான். அடிக்கடி நந்தினி பற்றியும் நினைவு வந்து சென்றது. ஏதோ நடந்திருக்கிறது... இல்லா விட்டால் இப்படி ஒரு சந்தோச தருணத்தில் வடை... போண்டா... பஜ்ஜி என்று ஏதாவது செய்திருப்பாள். இன்னும் மட்டன் சிக்கன் பிரியாணி என்று அசத்தியிருப்பாள்.

மன்னர்கள் காலத்தில்தான் புலியை வேட்டையாடி வருகிற மன்னனைத் தாரை தப்பட்டை முழங்க வரவேற்றுத் தரையில் வீழ்ந்து கிடக்கும் புலி மீது ஒரு காலை வைத்துத் துப்பாக்கியை நிலத்தில் ஊன்றிக் கொண்டு நிற்கும் மன்னனை மாவீரன் என்று போற்றிப் புகழ்ந்திருப்பார்கள். ஆனால் இன்று சட்டங்கள் புலியை அடித்துக் கொன்றன. அரசுப்பணி சார்ந்த சமுதாயப்பணி என்று நந்தினி நினைக்கத் தவறி விட்டாளா?.

புருசனுக்குக் கிடைக்கும் நற்பெயரில் பெண்டாட்டிக்குப் பங்கில்லையா... புகழ வேண்டாம்... மகிழ்ச்சியை வாய்விட்டுப் பாராட்டிப் பகிர்ந்து கொள்ள வேண்டாம். வாய்க்கு ருசியாய்ச் செய்து போட்டாலே வாழ்த்துத் தெரிவித்தது போலாகாதா...?

ஆமாம்... இந்த ஒரு மாதமாக எத்தனையோ முயற்சி செய்தும் முடியாமல் நந்தினி வேதனைப்பட்டுக் கொண்டிருக்கிறாளே.

ஹாலில் மாடிப்படிக்குக் கீழே இருக்கும் அடுக்கி வைக்கப் பட்டிருக்கும் அரிசிமூட்டைகளும் நாளிதழ்களும் உள்ள இடத்தி லிருந்து திடீரென்று கிளம்பிச் சமையலறை நோக்கிவரும் நிறுத்தி

வைக்கப்பட்டிருந்த அரிசிமூட்டைகளும் சுவருக்கும் இடையே உள்ள சந்தில் நுழைந்து சமையலறையின் சுவர் ஓரமாகவே வலம் வரத் தொடங்கும் கிரைண்டர், நீர் நிரப்பி வைக்கப்பட்ட பிளாஸ்டிக் குடங்கள், கேஸ் அடுப்புடன் இணைக்கப்பட்ட சிலிண்டர் இருக்கும் இடம் வழியாக வந்து காலி சிலிண்டரையும் தொட்டுக் கொண்டு ரெப்ரிஜ்ரேட்டர் அடியில் நுழைந்து பின் சமையலறையை விட்டு வெளியேறும்.

வெளியேறிய வேகத்தில் பெரியதாய் வைக்கப்பட்டிருக்கும் டி.வி. ஸ்டாண்டிற்குள் நுழைந்து ஹாலின் கீழ்புறச் சுவர் ஓரமாக வேகமெடுத்து சோபா நாற்காலிகளின் அடியில் பயணித்து, சாமி ரூம் முகப்பு மாடிப்படி முகப்பு ஓரம் வந்து மறுபடியும் மாடிப்படி கீழ்புறம் போய்த் தஞ்சம் புகும் இந்த பயணம் இரவில் தான்.

இதையெல்லாம் பார்த்துவிட்டு மாடிப்படிக்குக் கீழ் இருந்த எல்லாவற்றையும் அப்புறப்படுத்திச் சுத்தம் செய்து பார்த்தாகிவிட்டது. பயணிக்கிற இடம்பார்த்து ஒவ்வொரு நாளும் ஒவ்வொரு இடத்தில் பொறி வைத்தும் பயனில்லை. பொறிக்குள் தேங்காயும், தக்காளியும் கம்பியில் செருகி வைத்தும் பயனில்லை. பொறிக்குள் மாட்ட மாட்டேன் எங்கிறது புதிதாக ஏதோ ஒரு அட்டை மடித்துக் கொள்கிற வசதியுள்ள அந்த அட்டையை விரித்து வைத்து விட்டால் போதும் பசை அப்பியிருக்கும் அட்டையின் மேல் பயணித்தால் பசைக்குள் கால்கள் மாட்டிக் கொள்ளும். அங்கு இங்கு நகர முடியாது. ஒவ்வொரு நாளும் பசை அட்டை இடம் மாறும் என்ன செய்தும் எலி மாட்டமாட்டேன் என்கிறதே.

கோபாலனுக்கும் ஒரு மாதமாக வீட்டில் எலித் தொந்தரவு இருப்பது தெரியும். நந்தினி பசை அட்டை வைப்பதையும், பார்த்துத் தான் இருக்கிறான். அதற்குள் புலி பிரச்சினை வந்து அந்த ஆட்கொல்லியை அடித்துக் கொன்றாகிவிட்டது. ஆனால் எலி.

மாடிப்படிக்குக் கீழ் உள்ள அரிசி மூட்டை அடிக்கி வைக்கப் பட்டிருக்கும் பகுதிக்குத் தான் எலி அடிக்கடிப் பயணித்துத் திரும்புகிறது என்றும் மறுபடியும் வீட்டின் எல்லாப் பகுதிகளுக்கும் ஹாயாகச் சுற்றி வருகிறது என்றும் புரிந்து கொண்டான் கோபாலன்.

ஒரு பசை அட்டையை வைத்தால் பக்கவாட்டில் சென்று விடும். அரிசி மூட்டைகளிருக்கிற இடத்திற்குப் போகாமலிருக்க மூன்று அட்டைகளை வரிசையாக வைத்து விடலாம். எப்படியும் எலி இங்கு வரும்... மாட்டிக்கொள்ளும் என்று நினைத்தவாறே செய்தித்தாள் களில் வந்த செய்திகளில் ஆழ்ந்து போனான்.

விவசாயி தற்கொலை. வாங்கிய கடனுக்காக டிராக்டர் பறிமுதல். கடனை உரிய காலத்தில் திருப்பிச் செலுத்த முடியவில்லை என்று விவசாயப் பணிகளுக்காக வைக்கப்பட்டிருந்த ஏழை விவசாயின் டிராக்டர்... என்று தொடர்ந்திருந்தது. செய்தித்தாளைப் புரட்டிக் கொண்டே வரும் போது... கோடிக்கணக்கில் வங்கிகளில் கடன் வாங்கியவர் வெளிநாட்டில் இருந்த பேட்டி கொடுத்துக் கொண்டிருக்கிறார்.

இவரிடம் பணத்தை எப்படி வசூல் பண்ணுவது என்று அரசு திணறல். செய்திகளைப் படிக்கப் படிக்க கோபாலன் மனசில் மின்னல் கீற்றாய் பளிச்சிட்டது. நேர்மாறாக இருக்கிறதே... பெரியது (புலி) சிக்கி விட்டது. ஆனால் சிறியது (எலி) சிக்காமல் தண்ணி காட்டிக் கொண்டிருக்கிறதே... ஆனால் கோடி கோடியாய்க் கடன் வங்கியவன் தப்பித்துக் கொண்டிருக்கிறான்... ஏழை விவசாயி? செய்திகளைத் தொடர்ந்து படிக்க முடியாமல் அப்படியே வைக்கிறான், காபி கசக்க ஆரம்பிக்கிறது.

பேசும் புதிய சக்தி நவ - 2019

பாவம் இவள்...

என்ன கோபமோ தெரியவில்லை, பெரும் உறுமலோடு புளியம்பட்டி பேருந்து நிலையத்திற்குள் பெருமூச்சு விட்டபடி ஒரு குலுக்கலுடன் வந்து நின்றது பேருந்து. சத்தியமங்கலத்திலிருந்து வந்திருக்கிறது. இடது ஓரத்தில் அமர்ந்திருந்த ராமமூர்த்தி அதுவரை கண்களை மூடி அரைத்தூக்கத்தில் இருந்தவர், திடீரென்று விழித்துக் கொண்டிருந்தார். பேருந்தின் முன்புறம், பின்புறம், உள்ள வழிகளில் சிலர் ஏறிக் கொண்டிருந்தனர்.

ராமமூர்த்தி எந்தவிதச் சிந்தனையும் இல்லாமல் வெளியே பார்த்துக் கொண்டிருந்தார்.

'அடடே... இந்தப் பெண்...' என்று கண்களை இடுக்கியவாறே நெற்றி சுருங்கப் பார்த்துக் கொண்டிருந்தார். பேருந்தில் உட்கார்ந்து கொண்டிருக்கும் தன்னை அந்தப் பெண் பார்க்கவில்லை என்பதை உணர்ந்து கொண்டிருந்தார். பேருந்து நிலையத்தில் நின்று கொண்டிருக்கும் அந்தப் பெண்ணை அழைத்து ஒரு வார்த்தை பேசலாமா என்று நினைத்தார். அதற்குள் பேருந்து புறப்படத் தயாரானது.

'இங்கே எங்கே இந்தப் பெண் வந்தாள்...? எங்கேயாவது பஸ்ஸில் போகிறாளோ? இவ்வளவு கூட்ட நெரிசலில் எப்படி? யாரும் அவளோடு துணைக்கு வந்ததாகவும் தெரியவில்லையே... இப்படித் தனியாக வந்திருக்கிறாளே... கர்ப்பிணிப் பெண்... மூன்று மாதக் கர்ப்பிணி.' நினைக்க நினைக்க ராமமூர்த்தியின் மனசு கிடந்து துடித்தது.

இரண்டு நாட்களுக்கு முன் கோவை மருத்துவமனையில் பார்த்த அந்தப் பெண்தானே இவள்? ஆமாம்.

பெண் மருத்துவரைப் பார்க்கவும், ஆண் மருத்துவரைப் பார்க்கவும் கூட்டம் ஹாலில் நிரம்பியிருந்தது. பதிவு செய்தவாறு வரிசையாக ஒவ்வொருவராய் அழைத்துக்கொண்டு இருந்தான் மருத்துவமனைப் பணியாளன்.

'கற்பகம்' என்று அழைப்பு வர, கற்பகம் எழுந்து மருத்துவர் அறையை நோக்கினாள். உடன் வந்த கணவன் சிவநேசனும் உள்ளே செல்லத் தயாரானான். சென்ற முறை இருவருக்குமே மருத்துவர்

ஆலோசனை சொல்லி இருந்ததால், இப்போது கற்பகத்தை மட்டுமே அழைத்திருந்தனர்.

ராமமூர்த்தி, விக்னேஸ்வரனுடன் வந்திருந்தார். இருவருமே ஒத்த வயதுடையவர்கள். நடைப்பயிற்சி நண்பர்கள். ராமமூர்த்தி தன் முழங்கால் வலிக்காக டாக்டர் ராஜபாண்டியனிடம்தான் அறுவைச் சிகிச்சை செய்து குணமடைந்திருந்தார். விக்னேஸ்வரனுக்கும் அதே முழங்கால் வலி. அதனால்தான் விக்னேஸ்வரனைத் தன்னுடைய டாக்டரிடம் காட்டி ஆலோசனை பெறலாம் என்று அழைத்து வந்திருக்கிறார்.

கற்பகம் மருத்துவரைப் பார்க்க உள்ளே சென்றபோதுதான் அருகிலிருந்த ராமமூர்த்தியிடம் ஏதோ சொல்ல ஆரம்பித்தான் சிவநேசன். பேசப் பேசக் குரல் நடுங்கியது. முகம் முழுக்க வியர்வை பூத்து நின்றது. தன் தந்தை வயதை ஒத்த ராமமூர்த்தியிடம் சொல்லச் சொல்ல மனசு இலகுவாகிக் கொண்டிருந்தது.

கேட்கக் கேட்க ராமமூர்த்திக்கு மனம் நைந்து உருகியது. அடடா... இவர்களுக்கு இப்படியொரு சோதனையா கடவுளே... இவர்களுக்கு ஒரு குறையும் வைக்காமல் பார்த்துக் கொள்.

பஸ் ஸ்டாண்டில் தனியாக இப்பெண்ணை விட்டுவிட்டு இவள் புருஷன் சிவநேசன் எங்கே போனான்?

வீடு சாமிபாபா காலனியில் இருப்பதாகவும், ஏதோ தனியார் நிறுவனத்தில் பெரிய பதவியில் இருப்பதாகவும் அல்லவா சிவநேசன் சொன்னான்...

பேருந்து நகரத் தொடங்கியது. டானாப்புதூர் வரை மெதுவாக வந்த பேருந்து, டானாப்புதூர் தாண்டியதும் வேகமெடுக்கத் தொடங்கியது.

வலது புறம் ஒதிமலைக் காடு தெரிந்தது. அங்கொன்றும் இங்கொன்றுமாய்ச் சிறிய சிறிய மரங்கள்... பனை மரங்கள்... இடதுபுறம் சற்றுத் தொலைவில் பெரியதொரு குளம். நீலிபாளையம் குளம். அருகில்தானே நீலிபாளையம் இருக்கிறது...

பேருந்தை நிறுத்துச் சொல்லிக் குளத்தைப் பார்த்துவிட்டு, அடுத்த பஸ் பிடித்துக் கோவைக்குப் போய்விடலாம். ராமமூர்த்தியின் மனதிற்குள் இலேசாய் நினைவுத் தூறல். உடல் ஒத்துக் கொள்ளுமா? ஒரு பர்லாங் தூரம் நடக்க வேண்டுமே. பார்த்து என்ன பயன் கிடைக்கப் போகிறது?

தான் 35 ஆண்டுகளுக்கு முன் பணியாற்றிய இடம் ஆயிற்றே. சுமார் 150 ஹெக்டேர் பரப்பளவு உள்ள குளம். மூன்று புறம் வலுவான ஏரிகள். ராட்சசத்தனமாய் ஏரியின் முதுகில் வளர்ந்து நிற்கும் பனை மரங்கள். மழை... அதுவும் பெருமழை கிடைக்கும் பட்சத்தில் குளம் நிரம்பி வழியும். இல்லாவிட்டால் குளம் வறண்டே காணப்படும். குளத்தில் நடுவில் கொஞ்சம் தண்ணீர் இருக்கும், அவ்வளவுதான்.

இதைப் பயன்படுத்திக்கொண்டு வனத்துறை பண்ணைக் காடுகள் திட்டத்தின் கீழ் வறண்ட பகுதியில் கருவேல நாற்றுகள் நடுவதற்கான பணிகள் நடைபெற்றுக் கொண்டிருந்தன. ஏரி இல்லாத பகுதி, மழை நீர் குளத்திற்கு ஓடி வந்து தேங்குவதற்கு ஏற்ற வகையில் சரிவாக இருந்தது.

சரிவான அப்பகுதியிலேயே இரண்டு தோட்டங்கள் இருந்தன. விவசாயம் செழிப்பாய் நடந்து கொண்டிருந்தது. ஒரு பகுதியில் இருந்த தோட்டத்தில் ஏற்படுத்தப்பட்ட கருவேல நாற்றங்கால், மறுபகுதியில் வேறு ஒரு தோட்டம் இருந்தது.

நில அளவை செய்து குளத்தின் வரைபடத்திற்கு ஏற்றாற்போல் கருவேல நாற்றுக்கள் நடவு செய்யும் பணி முழு வீச்சில் நடந்து கொண்டிருந்தது. நெகிழிப் பைகளைக் கிழித்து மண் கட்டியுடன் கருவேலன் நாற்றுகளை ஏற்கனவே நடவுக்காகத் தோண்டப்பட்ட குழிகளில் நடுவதை வன அதிகாரி ராமமூர்த்தி தணிக்கை செய்து கொண்டிருந்தார். நிறைய ஆட்கள் வேலையில் ஈடுபட்டிருந்ததாலும், நடவு செய்யுமிடம் குளத்தின் பகுதியாக இருந்ததாலும் வேலை இலகுவாக இருந்தது.

வன அதிகாரி ராமமூர்த்தி, 'பிளாண்டேஷன் வொர்க்' என்று வந்துவிட்டால், ஊண், உறக்கமின்றி வேலை செய்பவர். அதுவும், ஒவ்வொரு நாள் காலையிலும், முந்தைய நாள் நடப்பட்ட நாற்றுகள் எப்படியிருக்கின்றன என்று பார்ப்பதில் சொல்ல முடியாத ஆவல். நாற்றுக்கள் செழுமையுடன் பசுமை முகம் காட்டி இருப்பதைப் பார்க்கும் போது மனக் 'கிளுகிளுப்பு! தண்ணீர் வற்றிக் கிடக்கும் குளத்தின் அத்தனை பகுதிகளிலும் நாற்று நட்டுவிட்டால், பெரியதொரு வனமாக ஆகிவிடும்!

வழக்கம்போல் ஒரு நாள் காலை, மகிழ்ச்சி பொங்கும் மனதோடு ராமமூர்த்தி ஒவ்வோரிடமாகத் தணிக்கை செய்து வந்து கொண்டிருந்தார். ஓர் இடம் வந்ததும் திடீரென்று நின்றார்.

"ஆ... எவ்வளவு நாற்றுக்கள் பிடுங்கி எறியப்பட்டிருக்கின்றன?" மனது துவண்டு கொண்டிருந்தது.

கோபம் தலைக்கேறியது. ராமமூர்த்தி சுற்றிலும் பார்த்தார். தோட்டக் காவலர் தன்னாசி ஓடி வந்தான்.

"பக்கத்துத் தோட்டக்காரர் குருந்தாசலம் தான், 'எங்க எடத்திலெ நாற்றுப் போடறீங்க...'ன்னு சொல்லீட்டு இருந்தான்."

"அந்த ஆள்தான் புடுங்கி எறிஞ்சிருப்பானா? எவ்வளவு நாத்துகளைப் புடுங்கி எறிஞ்சிருப்பான்... எண்ணிச் சொல்லு... அந்தாளைக் கூப்பிடு என்னன்னு கேட்கலாம்..."

நாற்றங்கால் எழுப்பியிருந்த தோட்டத்திற்குக் கிழபுறம் உள்ள தோட்டம் குருந்தாசலத்திற்குச் சொந்தமானது.

குருந்தாசலத்தின் சாளையில் போய்ப் பார்த்தால், ஆளைக் காணோம். தோட்டக்காவலரிடம் வன அதிகாரி போட்ட சத்தத்தில் இவர்கள் பயந்து போய் ஓடிவிட்டார்கள் போலும்!

'நூறு நாற்றுகளுக்கு மேல் பிடுங்கி எறியப்பட்டிருக்கின்றன. நாற்றுகள் எல்லாம் வளர்ந்து பெரிய மரமானால், பயனடையப் போவது இவர்கள் தானே! இது புரியவில்லையே. நாங்களா இங்கே உட்கார்ந்து அனுபவிக்கப் போகிறோம்? மாற்றல் வந்த பக்கம் போகிறவர்கள்தானே!' குருந்தாசலம் போன்றவர்களின் அறியாமையை எண்ணி எண்ணிப் பார்க்கும்போது ராமமூர்த்திக்கு வேதனைச் சங்கிலி மனம் எங்கும் சுற்றிக் கொண்டது.

இவர்களை இப்படியே விடக்கூடாது. அரசு இழப்பீடு எவ்வளவு? குற்றச்சாட்டுப் பதிவு செய்ய வேண்டாமா...?

காவல் நிலையத்திலிருந்து காவலர்கள் வந்து குருந்தாசலம், மயங்காத்தாள் இருவரையும் அழைத்துப் போனார்கள்.

ஒரு வாரம் கடந்து போயிருந்தது. தணிக்கையில் ஈடுபட்டிருந்த ராமமூர்த்தி திடீரென்று நின்றார். ஒவ்வொரு செடிக்கு அருகிலும் காலடிச் சுவடுகள் பதிவாகியிருப்பது தெரிந்தது. உற்றுப்பார்த்தார். செடிகள் சில வாடியிருப்பது போல் இருந்தன.

ஆமாம்! நாற்றுகள் நன்றாக நிலத்தில் ஊன்றி வேர்பிடித்து வரும் நிலையில், கையால் ஒவ்வொரு செடியாகப் பிடுங்கிப் பிடுங்கி அப்படியே விட்டிருக்கிறார்கள். நெகிழிப் பையைக் கிழித்து மண்

கண்டத்துடன் வைத்து நடவு செய்யப்பட்டவை. செடியை இழுத்து விட்டதால், மண்கண்டம் உடைந்து போய், வேர்கள் தொந்தரவுக் குள்ளாகிவிட்டன. காலப்போக்கில் பட்டுப் போகும். இப்படியும் செய்வார்களா...?

ராமமூர்த்திக்குக் குருந்தாலசத்தைப் பற்றி நினைக்க நினைக்க வருத்தம், கோபம் எல்லாம் சேர்ந்து கொண்டது.

பேருந்து அன்னூரைத் தாண்டிக்கொண்டு இருந்தது. இதோ, இந்தக் காவல் நிலையத்திற்கு வந்து புகார் செய்து, மறுபடியும் நடவடிக்கை எடுத்து... எத்தனை ஆண்டுகளாயிற்று!

புளியம்பட்டியிலிருந்து புறப்பட்டு அன்னூர் வருவதற்குள் எத்தனை எத்தனை நிகழ்வுகள் மனதிற்குள் வந்து பயணித்துப் போயின...

தவிர்க்க முடியாது... என் வீட்டு விசேஷங்கள் ஒவ்வொன்றிற்கும் வந்து கலந்து கொண்டவன் கிருஷ்ணமூர்த்தி. அதனால்தான் அவன் மகன் திருமணத்திற்குச் சத்தியமங்கலம் போய் வரவேண்டியதாகி விட்டது. நல்ல வேளை, முழங்கால் வலி இல்லை. எப்படியோ கோவை வந்தாயிற்று.

ஒரு மாதம் கழிந்திருந்தது.

வெளிநாட்டுப் பயணத்தை முடித்துக் கொண்டு நேற்றுத்தான் திரும்பி வந்திருந்தார் டாக்டர் ராஜபாண்டியன். மருத்துவமனையில் இன்று நல்ல கூட்டம். விக்னேஸ்வரனுக்கு முழங்காலில் அறுவைச் சிகிச்சை செய்யலாம் என்று டாக்டர் தீர்மானித்திருந்தார். எப்போது என்று சொல்லவில்லை. பின்னர் சொல்வார்கள்.

முன் ஹாலில் கூட்டம் அப்படியே இருந்தது. கொஞ்சமும் குறையவில்லை. 'கற்பகம்' என்று குரல் கேட்கவும் திரும்பிப் பார்த்தார் ராமமூர்த்தி. தாங்கள் அமர்ந்திருந்த வரிசைக்கு முன் வரிசையில் வலது பக்க மூலையில் அமர்ந்திருந்த கற்பகம் எழுந்து பெண் மருத்துவர் அறைக்குச் சென்றாள். அருகில் அமர்ந்திருந்த சிவநேசன் எதேச்சையாகத் திரும்பி ராமமூர்த்தியைப் பார்த்து விட, தொடர்ந்து வணக்கம் செலுத்தியவாறே ராமமூர்த்தியை நோக்கி வந்து, அருகில் காலியாய்க் கிடந்த இருக்கையில் அமர்ந்தான்.

அன்று புளியம்பட்டியில் கற்பகத்தை பஸ் ஸ்டாண்டில் பார்த்த விபரத்தைச் சொல்லிக் கோபம் கொண்டார் ராமமூர்த்தி. தான் ஓட்டி வந்த காரின் முன் சக்கரத்தின் டயர் பஞ்சர் ஆகிவிட்டதாகவும்,

அதுவும் பஸ் ஸ்டாண்ட் அருகிலேயே ஆனதால், தற்செயலாகச் சந்தித்த கற்பகத்தின் தோழியுடன் பஸ் ஸ்டாண்டில் இருக்கச் சொன்னது பற்றியும் ராமமூர்த்தியிடம் அவன் சொன்னபோது கொஞ்சம் சமாதானம் அடைந்தார்.

அன்று சிவநேசன் தன்னிடம் சொன்னது பற்றி நினைக்கும் போதெல்லாம் எப்படித் துன்பம் சூழ்ந்து நின்றதோ, இப்போதும் மாறாமல் வந்து நின்றது.

மருத்துவப் பரிசோதனை முடிந்து கற்பகம் தங்களை நோக்கி வர, சிவநேசன் ராமமூர்த்தியிடம் விடைபெற்றுப் புறப்பட ஆயத்தமானான். புறப்பட இருந்தவனைத் தடுத்து நிறுத்தினார்.

"ஆமா, உனக்குச் சொந்த ஊர்...?" ராமமூர்த்திக்கு அவர்களைப் பற்றித் தெரிந்து கொள்ள ஓர் ஆவல்.

"ஐயா. எனக்கு சத்தியமங்கலம் தான் சொந்த ஊரு... கற்பகத்துக்கு இதே புளியம்பட்டி..." சிவநேசன் சொல்லும் போதே கற்பகம் இடைமறுத்தாள்.

"ஐயா, எனக்குச் சொந்த ஊரு நீலி பாளையம். இப்போ அங்கெ யாரும் இல்லெ. குளத்தெ ஒட்டித் தோட்டம் இருக்கு. குத்தகைக்குக் குடுத்திருக்கிறோம்."

"அப்படியா? உங்க அப்பா, அம்மா... ஏன்னா, நான்..." தான் பணியாற்றிய விபரத்தைச் சொன்ன ராமமூர்த்தி, மறுபடியும் 'அப்பா, அம்மா...' என்றார்.

"அவங்க செத்துப் போயிட்டாங்க... அப்பா குருந்தாசலம், அம்மா மயங்காத்தாள்..." கற்பகம் சொன்னதைக் கேட்டதும் ராமமூர்த்தி திகைத்துப் போனார்.

கற்பகம் தன் தகப்பன், தாய் பற்றிச் சொன்னதும், திகைப்பு வந்து நிரம்பி வழிந்தது. தான் கற்பகம் சொன்ன மனசுள் விபரங்களைத் தெரிந்து கொண்டிருந்தும் எதையும் காட்டிக் கொள்ளாமலிருந்தது பற்றித் தனக்குள்ளேயே ஆச்சர்யப்பட்டுப் போனார்.

ஆமாம்... முதன் முதலில் மருத்துவமனையில் சந்தித்தபோது, சிவநேசன் ராமமூர்த்தியிடம் முகம் முழுவதும் வியர்வை பூக்க, நடுங்கும் குரலோடு சொன்னதை நினைத்துப் பார்த்தார்.

இரண்டு குழந்தைங்க பிறந்து, பத்து நாள், பதினைந்து நாள் உயிருடன் இருந்து இறந்துவிட்டதாகவும், மூன்றாவதாகக் கர்ப்பம்

தரித்து, அதுவும் மூன்று மாதத்தில் கருச்சிதைவு ஆகிவிட்டது என்றும், நான்காவதாக ஆகியிருக்கும் இந்தக் கர்ப்பமாவது நிலைத்து, குழந்தை பிறந்து உயிருடன் தீர்க்காயுளுடன் இருக்க வேண்டும் என்று சொன்னதை மறுபடியும், மறுபடியும் நினைவுக்குக் கொண்டு வந்து கொண்டே இருந்தார் வன அதிகாரி ராமமூர்த்தி.

ஓம் சக்தி - ஜன 2020

நிலாச் சோறு...

'நிலா எங்கே ஓடி ஒளிஞ்சிருக்குது.. வெளிச்சம் வரமாட்டேங்குதே..'

சிவசாமி வானத்தை அண்ணாந்து பார்த்துக் கொண்டிருந்தான்.

பஞ்சுப் பொதியாய் திட்டுத்திட்டாய் மேகக்கூட்டங்கள் அணி சேர்ந்து கொண்டு நிலவை மறைத்துக்கொண்டிருந்தன. சமவெளிப் பகுதி பொட்டல்காடு என்றால் சமாளித்துக் கொள்ளலாம்... இது அடர்வனமாயிற்றே.

எல்லோரும் அங்கேயிருந்த பாறையின் மீது உட்கார்ந்தார்கள். உலியம்பாளையத்திலிருந்து புறப்பட்டு இரண்டு கிலோ மீட்டர் தூரம் தரிசு நிலங்கள் வழியாகவும் வனத்திற்குள் பாறைக்குழி ஆனைமடுவு எல்லாம் தாண்டி இரண்டு கிலோ மீட்டர் தூரம் நடந்து வந்த களைப்பு, உடலில் சுரந்து கொண்டிருந்த வியர்வை தாங்கள் அணிந்திருந்த சட்டைகளை நனைத்துக் கொண்டிருந்தது.

எவ்வளவு நேரம் இருக்கும் ஒன்றும் தெரியாமல் குழம்பிப் போய் இருந்தார்கள். கால்களில் வலி பிராணனை வாங்கிக் கொண்டிருந்தது. தலைமுடிகளில் வியர்வை உட்புகுந்து கொண்டு நசநசவென்றிருந்தது. துண்டில் தலையைத் துவட்டிக் கொண்டிருந்தார்கள்.

இலேசாய் காற்று வந்து இவர்களின் மேனி எங்கும் தழுவிக் கொண்டு போனதில் உடலில் பதுங்கியிருந்த களைப்பு கொஞ்சம் ஒதுங்க ஆரம்பித்தது.

செந்தில், வெங்கடாசலம், சுப்புக்குட்டி என்று மூவரிடம் சிவசாமி சொன்னது ஏதும் காதில் விழவில்லை. இருளின் அடர்த்தி ஒருவர் முகத்தை இன்னொருவர் பார்ப்பதில் கூடத் தெளிவில்லை.

ஏதோ இத்தனை தூரம் வந்து விட்டோம். ஒன்றும் கண்ணுக்குட்பட மாட்டேன் என்கிறதே. வந்த பாதை தெளிவாக இருந்த மாட்டுத்தடம் ஆதலால் நிலாவும் துணைக்கிருந்ததால் வந்துவிட்டோம்.

எத்தனை மாடுகள் போய் வந்தன. அரப்புப் பறிக்கப் போவதற்கும், விறகு சுள்ளல் பொறுக்குவதற்கும் போக, வர என்று எவ்வளவு வசதியான தடமாக ஆகி இருக்கிறது.

மரங்களின் சலசலப்பு ம்ம்... என்று எங்கும் பரவி வரும் சப்தம்.

எதிரே மிக உயரமாய் நிற்கும் மலை. கரும்பூதம் போல பயமுறுத்திக் கொண்டிருந்தது. அனைவரது கைகளிலும் இருக்கும் டார்ச் விளக்கின் மூலம் அரை வட்டமாக ஒளி பாய்ச்சிக் கொண்டேயிருக்கிறார்கள் ஏதாவது விலங்கினங்கள் இருந்தால் கோலிக்குண்டுகளாய்த் தெரியும் இவைகளின் கண்களில் டார்ச் ஒளிபாயும் போது மினுமினுக்கும், ம்கூம் எதுவும் கண்களுக்குப் படவில்லையே.

தன் நெற்றியில் கட்டியிருந்த நெற்றிப் பேட்டரியை ஒளி பாய்ச்சிக் கொண்டே அரைவட்டமாகத் தலையை அங்கும் இங்குமாகத் திருப்பிக் கொண்டே இருந்தான் வெங்கடாசலம்.

நிலா வெளிச்சத்தை பரப்பாமல் முக்காடு போட்டுக்கொண்டிருக்கிறதே.

இவ்வளவு நேரமாகியும் பெரிசாய் எதுவும் மாட்ட மாட்டேன் என்கிறதே.

நான் இவர்களோடு வந்தது தப்பாய் போய் விட்டதே. எத்தனை துணிகள் தைக்க வேண்டியிருக்கிறது. நாளை ஞாயிற்றுக்கிழமையாக இருந்தாலும் ஒரு நேரம் கடைக்குப் போய் இருப்பேன், ச்சே... செந்திலுக்குத் தன் தையல் தொழில் மீது கரிசனம் வந்து மனசில் உட்கார்ந்து கொண்டது. டெய்லர் செந்தில்ன்னா சும்மாவா?

இன்னும் கூட இருட்டு அப்படியே தான் இருந்தது. அடர்த்தி குறையவே இல்லை.

ஏதோ சத்தம்... ஏதோ ஒன்று ஓடுகிறாற் போல் மிகச் சன்னமாய் வந்து கொண்டு இருந்தது. என்னவென்று தெரியவில்லையே... ஒவ்வொருவரும் டார்ச் லைட்டை அரை வட்டமாய் போட்டுப் போட்டுப் பார்க்கிறார்கள். ஏதும் அகப்படவில்லையே. அதோ... அதோ பெரியதாய். ஒன்று புதருக்குள் நுழைத்தொளிய எத்தனிக்கிறதே...

ஆகா எறும்புத்தின்னி... நீளமாய் இருந்தது. உடல் எங்கும் செதில் செதிலாய் இருந்தது கூம்பு வடிவத்துடன் கூரிய மூக்கும் கொண்டிருந்தது. வால் நீண்டிருந்தது. அதைப் பின் தொடர்ந்து ஓடினான். சிவான். அது போக்குக்காட்டிக் கொண்டு மறுபடியும் புதருக்குள் ஓடப் பார்க்கிறது.

கொடுவாளால் ஓங்கி அடித்தான் சுப்புக்குட்டி. எறும்புத்தின்னி பந்து போல உடலைச் சுருக்கிக் கொண்டு அப்படியே கிடந்தது. மறுபடியும் கொடுவாளைத் திருப்பி வைத்து அடித்தான். ம்கூம்... எதற்கும் மசியவில்லை. அப்படியே தான் கிடந்தது. வெங்கடாசலம் துப்பாக்கியால் சுட்டான். துப்பாக்கிக் குண்டு செதில் மீது பட்டுத் தெரித்து எகிறி விழுந்தது.

டைலர் செந்தில் கையிலிருந்த சாக்கை எடுத்து விரித்து, பந்து போல் கிடந்த எறும்புத்தின்னியைச் சாக்கிற்குள் நுழைத்தான். ஊனாங் கொடியால் சாக்கை இறுகக்கட்டினான். தூக்கிப் பார்த்தான். கனமாக இருந்தது.

எப்படியும் எட்டு ஒன்பது கிலோ தேறும் நல்ல வேட்டை தான். வெங்கடாசலம் வேட்டையாடுவதில் கெட்டிக்காரன் தங்களோடு வருகிறவர்களைப் பார்த்துக் கண்டிப்பான குரலில் சொல்வான். மது அருந்தியிருக்கக் கூடாது. புகை பிடிக்கக் கூடாது. இருமக் கூடாது. காறி எச்சிலைத் துப்பக் கூடாது. வனத்தில் நடக்கும் போது கீழே மிதிபடும் சருகுகள் கூட சட சடவென்று நொறுங்கி சப்தம் எழுப்பக் கூடாது.

எல்லோரும் உடன்பட்டுத்தான் வருவார்கள் எறும்புத்தின்னி கிடைத்ததில் எல்லோருக்கும் மகிழ்ச்சி. எப்போதுவிடியும் வீடு போய்ச் சேருவோம். கறி ரொம்ப ருசியாகத்தான் இருக்குமாமே.

வெங்கடாசலம் வீட்டில் முழுசாய்க் குடிக்காமல் யாருக்கும் தெரியாமல் மறைத்து வைத்திருக்கும் சாராயம் நினைவுக்கு வந்து தொல்லைபடுத்தியது.

இத்தனை நேரமாய் போக்குக் காட்டிக் கொண்டிருந்த நிலா, மேகத்திரளிலிருந்து விடுபட்டுச் சட்டென்று வெளிச்சத்தைப் பரப்பியது.

எல்லோரது கைகளிலும் டார்ச் லைட்டில் இருந்த செல்கள் சக்தியைக் கொஞ்சம் கொஞ்சமாய் குறைத்துக் கொண்டு இருந்தது. எவ்வளவு நேரம் தான் ஒளியைக் கொடுக்கும்.

எல்லோருக்கும் களைப்பு நாக்கெல்லாம் வறண்டு போய் இருந்தது. உடல் எங்கும் வியர்வை அப்பிக் கிடந்தது. தண்ணீர் கிடைத்தால் தேவலை. அதோ சிறியதாய் ஓடையில் நீர் ஓடுவது தெரிகிறதே.

இரண்டு இரண்டு பேராய் தூக்கிக் கொண்டு வந்த சாக்கை ஓரிடத்தில் வைத்தார்கள். உள்ளே எறும்புத்தின்னி அப்படியே இருந்தது.

வாய் கொப்பளித்து முகம் கழுவியதுமே களைப்பு கொஞ்சம் நீங்கியது போல் இருந்தது.

ஏதோ ஒரு சத்தம் எறும்புத்தின்னியை அடைத்துக் கட்டி வைத்திருந்த சாக்கை ஏதோ ஒரு விலங்கு கவ்விக் கொண்டு ஓட்டமெடுத்தது. சாக்கு வைக்கப்பட்டிருந்த இடத்திற்கும் ஓடை

இருந்த இடத்திற்கும் உள்ள இடைப்பட்ட தூரம் சுமார் முப்பதடிதான் இருக்கும்.

'எடக்காடை எடக்காடை...' என்று குரல் எழுப்பினார்கள் கழுதைப் புலியோ... செந்நாயோ...

சட்டென்று ஓடி மறைந்தது. கொஞ்சம் பின் தொடர்ந்து ஓடிப் பார்த்தார்கள்.

சிறு சிறு இடைவெளிகளில் மரங்கள் ராட்சசத்தனமாய் வளர்ந்து கிடப்பது மட்டும் அல்லாமல் கீழே விழும் நிழலும் சிறிதும் வெளிச்சம் வைக்காமல் அடர்ந்து இருட்டை மேலும் கருமை பூசிக் கொள்ள உதவிக் கொண்டு இருந்தது.

"திருப்பி ஓடி வந்து நம்மைக் கடித்துக் குதறி விடப் போகிறது. நமக்குக் கொடுத்து வைக்கல. அதாவது திங்கட்டும்..." செந்திலின் சமாதானமான வார்த்தை எங்கே இவர்களை அமைதிப்படுத்தப் போகிறது.

எல்லோரது முகங்களிலும் அந்த இருளில் கூட ஏக்கமும் அங்கலாய்ப்பும் அவர்கள் சப்புக் கொட்டுவதிலிருந்தே தெளிவாய்க் காட்டிக் கொண்டு இருந்தது.

சோர்ந்து போய் அங்கேயே உட்கார்ந்து கொண்டார்கள்.

சிவான் என்ன நினைத்தானோ ஓடிப்போய் கொஞ்சம் சுள்ளி விறகுகளைச் சேகரித்து ஓரிடத்தில் வைத்தான். தீக்குச்சியால் விறகைப் பற்ற வைத்தான். அடர்புகையில் தொடங்கி குபீரென்று எரிய ஆரம்பித்தது. விரக்தியும் மனசில் கொழுந்து விட்டுத்தான் எரிந்து கொண்டிருந்தது. திடீரென்று சட்டையைக் கழற்றினான். கழற்றிய சட்டையைச் சுருட்டி எரியும் தீக்குள் போட்டான். மேலும் வெளிச்சம் பரவ ஆரம்பித்தது. இரண்டு மூன்று கட்டைகளைப் பொறுக்கி வந்து உள்ளே போட்டான். கொழுந்து விட்டு எரியும் நெருப்பு அந்த இடம் முழுக்க வெளிச்சத்தைப் பரப்பியது.

சற்று நேரத்தில் குளிர் காய்ந்தவர்கள் மல்லாந்து படுத்துக்கொண்டு வானத்தையே பார்த்துக் கொண்டிருந்தார்கள். நட்சத்திரங்களின் மினுமினுப்பு இவர்களின் மனசை இலகுவாக்கிக் கொண்டிருந்தது.

மசிரியம்மாளிடம் சொல்லியிருக்கவே வேண்டாம். ஏங்கிப்போய் விடுவாளே... ஏதோ ஒரு கறி கிடைத்தால் போதும் சின்ன வெங்காயம், இஞ்சி, பூண்டு, கொத்தமல்லி, பட்ட சோம்பு, சீரகம், கசகசா என்று கலந்த கலவையை நன்கு நெகுநெகுவென்று அரைத்து இலேசாய்

வறுத்த கறியையும் போட்டு குழம்பு வைத்தால் அவ்வளவு ருசியாய் இருக்கும். மசிரியம்மாளுக்குக் கைவந்த கலை.

வெறும் கையோடு எப்படிப் போவது.

எல்லா நினைப்பிலும் மண் விழுந்து விட்டதே.

வெங்கடாசலத்திற்கு அழுகை முட்டிக் கொண்டு வந்தது. உங்களோடு வந்து என்ன பிரயோசனம். இவங்கெல்லாம் கேலி பண்ணுவாங்களே... இனி இந்தப் பொழப்பே வேண்டாம்.

தன் முன்னே பசுமை போர்த்திக் கொண்டு உயர்த்தும் விரிந்தும் கிடந்த வனத்தைப் பார்த்தான் வெங்கடாசலம். சூரியக் கதிர்கள் சிவந்து போய் பூமியெங்கும் வெளிச்சம் பாய்ச்சிக் கொண்டு இருந்தது. இவர்கள் இனி தன்னைக் கேலி செய்ய மாட்டார்கள். உடன் வருகிறவர்களைத் திரும்பிப் பார்த்தான்.

இரவு வீட்டிலிருந்து புறப்பட்டு வந்ததிலிருந்து இக்கணம் வரை எத்தனை தடவை வந்து போகும் களைப்பும் மகிழ்ச்சியும் ஏமாற்றமும்.

கிழக்குச் சூரியன் மேலே எழ எழ தூரத்தே மேய்ச்சலுக்கு வரும் கால்நடைகள் தொடர்ந்து அரப்புக்கு வரும் பெண்கள் கூட்டமாய் நெருங்கி வர வர சப்தம் உரத்ததாய் இருந்ததே. எங்கே சப்தம் குறைந்து போய் நேரம் ஆக ஆகச் சப்தமே இல்லாமல்...

ஆமாம்... வனம் நோக்கிச் செல்ல ஒற்றையடிப் பாதைகள் இந்தப் பொட்டல் காட்டில் நிறைய இருக்கிறதே. வேறு வேறு பாதையில் போய் விட்டார்களோ...

இரவு முழுக்க அலைச்சலும் தூக்கமின்மையும் மூளையே குழம்பித்தான் போய்விட்டதோ.

இது கூடத் தெரியாமல் போய் விட்டதே.

ஊரை நெருங்க நெருங்க அனைவரது உள்ளங்களிலும் துள்ளிக் கொண்டிருக்கும் மகிழ்ச்சி மின்னல்.

ஆமாம் கூட்டத்திற்குத் தலைமையேற்று வந்திருக்கும் வெங்கடாசலத்திற்கு ஏற்பட்டிருக்கும் மகிழ்ச்சியை எடை போடக் கூட முடியாதே.

எறும்புத்தின்னி தான் ஏமாற்றி விட்டது. காட்டுப் பன்றியுமா ஏமாற்றும்.

சிவானும் சுப்புக்கட்டியும் பெரிய குச்சியில் கட்டப்பட்ட பன்றியை தோளில் சுமந்த வண்ணம் வருகிறார்களே. இலகுவாய்ச்

சுமக்கும் அளவுக்குத் தான் எடையுள்ள பன்றி... ஆமாம் நான்கைந்து கிலோ தேறும்.

காலைச் சூரியன் குளிர் கலந்த காற்றும் சேர்ந்து கொடுத்த இதமான சூழல் சுமந்து வருகிறவர்களுக்குக் களைப்பு கொஞ்சம் ஒதுங்கித்தான் போய் இருந்தது.

அலைச்சல் வீண் போகவில்லை. அதி அற்புதமான கறி விருந்து சாப்பிடப் போகிறோமே.

எச்சில் சுரந்து நின்றது. மசிரியம்மாள் கூட இனி எகத்தாளம் பேசமாட்டாள்.

வனத்தை விட்டு வெளியேற இருந்த தருணம் பனித்துளிகளைச் சுமந்து கொண்டிருந்த புல் கற்றைகளின் நடுவே பன்றி நடுக்கத்துடன் படுத்துக் கிடந்தது. இதைப் பார்த்ததும் வெங்கடாசலத்திற்கு விரக்தி, சோர்வு, ஏமாற்றம், கவலை என்று அனைத்தும் பறந்து போய் இருந்தது. கையில் வைத்திருந்த துப்பாக்கியால் குறி பார்த்துச் சுட்டான். வனத்தையே அதிர வைக்கும் அளவிற்குப் பெருத்த சப்தம் எழுப்பிக் கொண்டு துடி துடித்தது. அவ்வளவுதான் தத்தம் பங்கிற்குப் பன்றியை மீதியிருந்த மூவரும் தடியால் அடித்தார்கள். துப்பாக்கிக் குண்டு பாய்ந்த பிறகு இறந்து விட்ட பன்றியை இவர்கள் எதற்கு அடிக்கிறார்கள் என்று வேடிக்கை பார்த்துத் திகைத்து அப்படியே நின்றான். நினைக்க நினைக்க சிரிப்பு வந்து மறைத்து போனது.

பார்த்துக் கொண்டு வாங்கப்பா... என்று திரும்பிப் பார்த்துச் சொன்னபடியே வெற்றிப் பெருமிதத்துடன் நடந்து கொண்டிருந்தான் வெங்கடாசலம்.

மசிரியம்மாள் மனசுக்குள் நிரம்பியிருந்தாள். இன்றைக்கு முழுக்க பன்றிக் கறியும் சாராயமும் தான்.

ஒரு மூட்டை பழைய பொன்னி அரிசி, ரேசன் அரிசி எல்லாம் தான் வீட்டில் இருக்கிறதே பொங்குவதற்கு. கறிக்குழம்பையும் சோறையும் நினைக்க நினைக்க எச்சில் ஊறியது.

மறுபடியும் திரும்பிப் பார்த்தான். மலை வெகு தொலைவில் தெரிந்தது.

ஊர் அருகே வந்து விட்டதற்கான அடையாளமாய் யார் யாரோ பேசுகிற குரல் ஒலித்த வண்ணம் இருந்தது.

சைக்கிளில் ஒருவன் தன்னையே பார்த்துக் கொண்டு போகிறானே.

செந்தில் முன்னால் வந்து யாரோ மசிரியம்மா... மசிரியம்மா என்று சொல்றாங்களே... குரலில் பதட்டம் தெரிந்தது.

மசிரியம்மா என்று சொன்னதைக் கேட்டதும் வெங்கடாசலத்தின் வியர்த்திருந்த உடம்பில் மேலும் வியர்வை சுரந்தது.

நெஞ்சு படபடத்தது. கால்கள் தரையில் பாவ மறுத்தது. "அய்யோ மசிரியம்மாளுக்கு என்னாயிற்று. குரல் கம்மியது ஓட்டமும் நடையுமாய் விரைந்தான்.

வெங்கடாசலத்தின் வீட்டின் முன்னால் கூட்டம் கூடியிருந்தது ஒன்றன் பின் ஒன்று என மூன்று அறைகளைக் கொண்டிருந்தது வீடு.

"மசிரியம்மா... மசிரியம்மா..." என்று அரற்றிக் கொண்டே கூட்டத்தை விலக்கியவாறே விரைந்தான்.

பக்கத்து வீட்டுக்காரன் உலகப்பன் பின்னாலேயே ஓடி வந்தான்.

"ராத்திரி உன் வீட்டிலெ யானை வந்துருச்சு. கடைசி ரூம்லே வெச்சருந்த அரிசியை எடுத்துத் தின்னுருச்சு. நடு ரூம்லே என்ர பொண்டாட்டியும் மசிரியம்மாளும் படுத்துத் தூங்கியிருக்காங்க. ஏதோ பின்னாலெ சத்தம் கேக்குதேன்னு பார்த்தா ஓட்டைப் பிரிக்கிற சத்தம். ஓடு உடைஞ்சு உளுகிற சத்தம்... பிரிச்சு ஓட்டை வழியா யானை தும்பிக்கையை விட்டுத் துழாவியிருக்கு... அங்கிருந்த அரிசி மூட்டையிலிருந்து அரிசியை எடுத்துத் திங்க ஆரம்பிச்சிடுச்சு. படுத்திருந்த ரெண்டு பேரும் எழுந்து சத்தம் போட்டுக் கொண்டே ஓடி வந்திருக்காங்க... சத்தம் கேட்டுப் பக்கத்திலிருந்த எல்லோரும் ஓடி வந்துட்டாங்க..." என்று மூச்சிரைக்கச் சொன்னான்.

உலகப்பன் கொஞ்சம் நிதானித்தவாறே மறுபடியும் தொடர்ந்தான்.

நம்ம ரெண்டு பேரு ஊட்டுக்கும் இடையிலிருக்கிற சந்து வழியா யானை பூந்து ரவுசு பண்ணியிருக்குதே. வெளியே கூட்டமாய் நின்னு எல்லோரும் சத்தம் போட்டோம். ம்கூம் யானை எதையும் கண்டுக்கலெ: பட்டாசு வெடிச்சதுக்கப்புறம் தா அரிசி திங்கறத நிறுத்துச்சு. அப்படியே போகவும் முடியாமெ, சுவர் தடுத்திருக்கு திரும்பவும் முடியாமெ அப்படியே ரிவர்சலெ வந்து மிரண்டு வந்து கூட்டத்தெ ஒரு பார்வை பார்த்துச்சு... பட்டாசெ வெடிக்க வெடிக்க யானை பிளிறிக்கொண்டே வெளியே போயிடுச்சு... காட்டெ பாத்துத்தா போயிருச்சு...

ஆமா... அரிசி வாசத்தை மோப்பம் பிடித்துக் கொண்டே யானை ஊர் வரை வந்து உள்ளே புகுந்து விட்டதே...

'தன் புருஷன் வந்துட்டார்னு' தெரிந்து மசிரியம்மாள் அழுது கொண்டே வீட்டிற்குள்ளிருந்து இரண்டு பெண்கள் சூழ வெளியே வந்தாள். "அரிசி போனாலும் பரவாயில்லை. பின்னாலிருந்த ரூம்லே ஓட்டை ஒடச்சு நாசம் பண்ணினாலும் பரவாயில்லே. எல்லோரும் பட்டாசை வெடிச்சு யானையெ முடிக்கி உட்டாச்சு. ராத்திரி நீங்க எல்லாம் காட்டுக்குப் போயிருந்தீங்களா... உங்களையெல்லா யானை தடத்திலெ வந்து குறுக்காட்டிருக்குமோ என்னமோ எதோன்னு கவலையாயிருந்தா மசிரியம்மா. ஆனா நீங்க எல்லாரும் யானை கிட்ட மாட்டாமெ தப்பிச்சு வந்துருக்கீங்களே... கடவுள் புண்ணியம்..." மருதமலை இருந்த திசை நோக்கிக் கும்பிடு போட்டவாறே சொன்னாள் பாவாயம்மாள் எதிர் வீட்டுக்காரி.

மசிரியம்மாள் 'நீ எப்படி திரும்பியோ வந்துட்டெ' என்று வெங்கடாசலத்தைக் கட்டிக்கொண்டு அழ ஆரம்பித்தாள்.

கடைசி அறையின் கூரை ஓடுகள் உடைந்தும் சிதிலமடைந்து கிடந்த மரச்சட்டங்களையும் பார்த்தவாறே அவனும் அழ ஆரம்பித்தான்.

எது எப்படியோ வேட்டைக்குப் போய் ஏதாவது கிடைத்து விட்டது என்றால் விதவிதமாய்ச் சமைத்துப் போடுவாள் மசிரியம்மாள். அண்டை அயலாரையும் சேர்த்துக் கொண்டு நிலா வெளிச்சத்தில் வாசலில் எல்லோரும் வட்டமாய் உட்கார்ந்திருக்க கறியும் சோறுமாய்ப் பரிமாறுவாள். பாட்டும் கூத்துமாய் ஒரே ஆரவாரமாய் இருக்கும் வழக்கம் போல் நடக்கும் நிலாச் சோறு கொண்டாட்டம். ஆனால் இன்று இவர்களுக்குப் பதிலாக யானையல்லவா கொண்டாடிக் கொண்டு போயிருக்கிறது.

"மனுசங்க காட்டில் இருக்கிற மிருகங்களைத் தங்கள் தின்பதற்காக வேட்டையாடுறாங்க. காட்டில் இருக்கிற மிருகம் ஊருக்குள்ள வந்து மனுசங்க திங்கறதுக்கு வெச்சிருந்த அரிசியை வேட்டை யாடிட்டுப் போயிடுச்சு..." தெருவில் யாரோ இருவர் பேசிக் கொண்டு போனார்கள்.

ஓம் சக்தி - செப்டம்பர் 2020

●●●